MORGUNMATUR HAFRAR SKÁLIN UPPSKRIFTABÓK

100 ljúffengar haframjölsuppskriftir fyrir morgunmat, hádegismat og kvöldmat, með ráðum og aðferðum til að lyfta haframjölsleiknum þínum og nýta þetta ofurfæðisefni fyrir heilbrigðari lífsstíl. Fullkomið fyrir vegan, glútenlaust og mjólkurlaust mataræði

Olga Guðbrandsdóttir

EFNISYFIRLIT

KYNNING

Haframjöl er ekki aðeins ljúffengt og fjölhæft hráefni heldur er það líka frábær uppspretta næringarefna. Ef þú ert að leita að því að bæta meira heilkorni við mataræðið þitt, þá er MORGUNMATUR HAFRAR SKÁLIN UPPSKRIFTABÓK fullkomin fyrir þig. Með 100 auðveldum og skapandi haframjölsuppskriftum mun þér aldrei leiðast þetta ofurfæði.

Frá sætum til bragðmiklar, það er haframjöl uppskrift fyrir hverja máltíð dagsins. Prófaðu klassískt kanil eplahaframjöl í morgunmat, eða blandaðu því saman við bragðmikla sveppahaframjölið í hádeginu. Og í kvöldmatinn mun lax- og hafrarisotto örugglega vekja hrifningu.

Auk hefðbundinna haframjölsuppskrifta eru í matreiðslubókinni uppskriftir að haframjölssléttum, granólastöngum og jafnvel haframjölskökum. Það eru uppskriftir að öllum mataræði, hvort sem þú ert vegan, glútenlaus eða mjólkurlaus.

Hver uppskrift kemur með leiðbeiningum sem auðvelt er að fylgja eftir og fallegum myndum til að leiðbeina þér í gegnum ferlið. Þú munt einnig finna gagnlegar ábendingar um skipti á innihaldsefnum og geymslu, svo þú getir notið haframjölssköpunar þinna næstu daga.

Svo hvort sem þú ert heilsumeðvitaður matgæðingur eða einfaldlega að leita að því að auka fjölbreytni í máltíðirnar þínar, þá hefur MORGUNMATUR HAFRAR SKÁLIN UPPSKRIFTABÓK eitthvað fyrir alla. Vertu tilbúinn til að kanna dýrindis heim haframjöls ..

HARFARMAÐURMAÐUR

1. Saffran haframjöl

Gerir: 2 skammta

HRÁEFNI ::

- 1 msk saffranþræðir, skipt
- 2 matskeiðar heitt vatn
- 2 bollar rúllaðir hafrar glútenlausir, ef þarf
- 1 bolli + 1 msk ósykrað möndlumjólk, skipt
- 1 bolli vatn
- ½ tsk múskat
- ½ tsk kardimommuduft
- hlynsíróp
- 2 tsk möndlur í sneiðum

LEIÐBEININGAR:

a) Sameina saffranþræði með heitu vatni í skál eða bolla og láta það blandast inn. Pantaðu 1 matskeið.

b) Blandið höfrum, 1 bolli möndlumjólk, vatni, múskati, kardimommudufti og saffranvatni saman í skál. Ef þú vilt skaltu bæta við hlynsírópi.

c) Örbylgjuofn í 2-3 mínútur.

d) Blandið saman með skeið og bætið við saffranþráðunum sem eftir eru, saffranvatninu, sem eftir er af möndlumjólkinni og sneiðum möndlum.

2. Grasker Krydd Haframjöl

Gerir: 4 skammta

HRÁEFNI :: _

- ½ bolli fljótir hafrar
- ¼ tsk kanill eða graskersbökukrydd
- ¾ bollar fitulaus eða léttmjólk
- 1 msk púðursykur eða hlynsíróp
- 4 matskeiðar maukað niðursoðið grasker
- 2 matskeiðar rúsínur eða trönuber
- ½ banani, skorinn í sneiðar
- ½ af epli, saxað

LEIÐBEININGAR:

a) Eldavél: blandið höfrum, mjólk, sykri/hlynsírópi, maukuðu graskeri og kanil saman í litlum potti við meðalhita.
b) Hrærið stöðugt þar til blandan verður þykk og rjómalöguð. Bætið við áleggi til að sæta ef vill.
c) Örbylgjuofn: Blandið höfrum, mjólk, sykri/hlynsírópi, maukuðu graskeri og kanil í örbylgjuofnaskál.
d) Elda á háu í 1-2 mínútur, hrærið í hálfa leið. Bætið við áleggi til að sæta ef vill.

3. C innamon ís Haframjöl

Gerir: um 1 lítra

HRÁEFNI :: _

- Blank ísgrunnur
- 1 bolli hafrar
- 1 matskeið malaður kanill

LEIÐBEININGAR:

a) Undirbúið auða botninn samkvæmt leiðbeiningum.

b) Blandið höfrum og kanil saman í lítilli pönnu yfir meðalhita.

c) Ristið, hrærið reglulega í, í 10 mínútur, eða þar til það er brúnt og arómatískt.

d) Til að fylla á, bætið ristuðum kanil og höfrum við botninn þegar þeir losna af hellunni og leyfið að malla í um það bil 30 mínútur.

e) Notaðu netsíu sett yfir skál; Sigtið fast efnin, þrýstið í gegn til að tryggja að þú fáir eins mikið af bragðbættum rjóma og mögulegt er.

f) Geymið blönduna í kæli yfir nótt. Þegar þú ert tilbúinn að búa til ísinn, blandaðu honum aftur með blöndunartæki þar til það er slétt og rjómakennt.

g) Hellið í ísvél og frystið samkvæmt leiðbeiningum framleiðanda. Geymið í loftþéttu íláti og frystið yfir nótt.

4. Kanill Granola haframjöl

Gerir: 4 til 6 skammta

HRÁEFNI :: _

- 2 bollar vatn
- 1¾ bollar gamaldags hafrar
- 1 tsk malaður kanill
- 1⁄4 tsk salt
- ¾ bolli granóla

LEIÐBEININGAR:

a) Í stórum potti, láttu vatnið sjóða við háan hita. Lækkið hitann í lágan, hrærið höfrum, kanil og salti saman við. Látið malla í 5 mínútur, hrærið af og til.

b) Takið af hellunni og hrærið granólunni saman við.

c) Lokið og látið standa í um 3 mínútur áður en það er borið fram.

5. Bragðmikið Masala haframjöl

Gerir: 4

HRÁEFNI:

- 1 msk Ghee eða Oil nota olíu fyrir vegan
- 1 tsk kúmenfræ
- 1 grænn chili pipar í teningum, valfrjálst
- 1 bolli laukur hægeldaður
- 1 tsk engifer rifinn
- 1 tsk hvítlaukur saxaður
- ½ bolli tómatar saxaðir
- 1,5 bolli stálskornir hafrar
- 3,5 bolli vatn
- 2 bollar blandað grænmeti Gulrætur, grænar baunir, baunir, maís, Edmame , frosnar eða ferskar
- 1 matskeið lime safi
- Cilantro lauf til að skreyta

KRYDD

- ½ tsk malað túrmerik
- ½ tsk Kashmiri rautt chili duft eða paprika, stillið eftir smekk
- ½ tsk Garam Masala
- 1 tsk Salt stilla eftir smekk

LEIÐBEININGAR

a) Setjið skyndipottinn í sautéham og hitið hann. Bætið ghee/olíu út í, bætið svo kúmenfræjum út í og látið krauma.
b) Bætið nú við græna chili, lauk, engifer og hvítlauk. Steikið í 2-3 mínútur þar til laukurinn er orðinn hálfgagnsær.
c) laukur, engifer og krydd í instant pottinum
d) Bæta við tómötum og kryddi. Blandið vel saman.
e) Laukur, tómatar og krydd í instant pottinum
f) Bætið blönduðu grænmetinu, höfrum og vatni saman við. Blandið vel saman. Ef eitthvað festist við botninn á pottinum, afgljáðu það. Ýttu á Hætta við og lokaðu lokinu með loftop í lokunarstöðu.
g) tilbúinn til að elda masala hafrar í instant potti.

h) Breyttu stillingu skyndipottsins í háþrýstingsstillingu í 8 mínútur við háþrýsting.
i) Þegar augnablikpotturinn pípir, láttu þrýstinginn losa náttúrulega í 10 mínútur og slepptu síðan þrýstingnum handvirkt.
j) Opnaðu lokið og bætið limesafanum út í . Blandið vel saman.
k) Karríað Masala haframjöl soðið í augnablikpottinum skreytt með kóríander
l) Skreytið með kóríanderlaufum og njótið með smá jógúrt.

6. Mexíkósk haframjölsskál

Gerir: 1 skammt

HRÁEFNI:

- 1 tsk Olía
- 2 hvítlauksrif söxuð
- ¾ bolli Fljóteldun Hafrar
- ½ tsk Taco krydd
- ¼ tsk paprikuduft
- ½ tsk lime safi
- 2 bollar Vatn
- Salt eftir smekk

ÁFLYTTIR:

- Kornsalsa
- Rifinn Cheddar
- Avókadó
- Jalapeno

LEIÐBEININGAR

a) Hitið olíu í potti og bætið hvítlauk út í. Eldið í 15-30 sekúndur eða þar til ilmandi.

b) Bætið höfrum, tacokryddi, paprikudufti, limesafa , vatni og salti saman við. Blandið vel saman og hitið allt að suðu. Látið malla í nokkrar mínútur þar til hafrarnir eru soðnir og blandan hefur þykknað. Þetta ætti að taka 3-4 mínútur. Bætið aðeins meira vatni við til að ná þykkt sem þú vilt.

c) Toppið með maís, salsa, rifnum cheddar, avókadó og jalapenó. Berið fram heitt.

7. Appelsínumarmelaði Haframjöl

Gerir: 4

HRÁEFNI :: _

- 2 bollar gamaldags hafrar
- 2 ¼ bollar vatn
- 2 ¼ bollar mjólk
- ½ tsk salt
- ½ tsk malaður kanill
- ¼ bolli sykur
- 2 matskeiðar látlaus grísk jógúrt
- 2 matskeiðar appelsínumarmelaði
- Appelsínu- og kiwi sneiðar

LEIÐBEININGAR:

a) Bætið öllum hráefnunum nema skreytingunni í Instant Pot.
b) Festið lokið á eldavélinni og ýtið á „Manual" aðgerðartakkann.
c) Stilltu tímann í 6 mínútur og eldaðu við háan þrýsting.
d) Eftir pípið, losaðu þrýstinginn náttúrulega og fjarlægðu lokið.
e) Hrærið tilbúnu haframjölinu og berið fram í skál.
f) Skreytið með appelsínu- og kiwi sneiðum ofan á.

8. Granatepli haframjöl

Gerir: 2

HRÁEFNI ::

- 1 bolli venjulegir hafrar
- 2 bollar möndlumjólk
- ¼ tsk vanilluþykkni
- 6 matskeiðar granatepli fræ
- ¼ tsk malaður kanill
- Dreypið hlynsírópi yfir

LEIÐBEININGAR:

a) Látið suðuna koma upp möndlumjólk.
b) Bætið höfrum út í, hrærið og lækkið hitann niður í lágt-miðlungshita.
c) Eldið í 5 til 10 mínútur.
d) Hrærið vanillu og kanil saman við.
e) Berið fram í 2 skálum.
f) Toppið með granateplinum og ögn af hlynsírópi.

9. Goji berjum spíruð haframjöl

Gerir: 4 skammta

HRÁEFNI ::

- 2 bollar heilir hafragrautur, lagðir í bleyti yfir nótt í 4 bollum af vatni og skolaðir
- ½ bolli döðlur með gryfju, 1 bolli niðurskorinn banani eða ¼ bolli agavesíróp
- 2 matskeiðar síað vatn, eftir þörfum
- 1½ matskeið af uppáhalds bragðefninu þínu
- ½ bolli af goji berjum

LEIÐBEININGAR:

a) Setjið hafrana og döðlurnar í matvinnsluvél með vatninu og vinnið í rjóma áferð svipað og soðið haframjöl.
b) Bætið við valfrjálsu bragðefninu og ávöxtum og hnetum, ef þess er óskað.
c) Púls til að blanda vel saman.

10. Ananas kókos haframjöl

HRÁEFNI :: _

- 1 bolli niðursoðin létt kókosmjólk, vel hrist
- ½ bolli frosnir ananasbitar
- ½ bolli hraðsoðnir hafrar
- 1 matskeið rifin ósykrað kókos
- 2 tsk hlynsíróp
- ⅛ teskeið kosher salt
- 1 matskeið smátt saxaðar kasjúhnetur

LEIÐBEININGAR:

a) Hrærið saman kókosmjólk, ananas, höfrum, kókos, síróp og salti í skál.
b) Hellið í 16 aura mál.
c) Setjið lokið yfir og örbylgjuofið þar til það er rjómakennt, um 3½ mínútur.
d) Stráið hnetunum yfir.

11. Örbylgjuofn Ananas & Berry haframjöl

Gerir: 2 skammta

HRÁEFNI:

- 1 bolli jurtamjólk
- ½ bolli frosnir ananasbitar
- ½ bolli hraðsoðnir hafrar
- ¼ bolli ber
- 2 tsk hlynsíróp
- ⅛ teskeið kosher salt
- 1 matskeið smátt saxaðar kasjúhnetur

LEIÐBEININGAR

a) Hrærið saman jurtamjólkinni, ananas, höfrum, berjum, sírópi og salti í lítilli til meðalstórri skál.

b) Hellið í krús.

c) Setjið lokið yfir og örbylgjuofið þar til það er rjómakennt, um 3½ mínútur.

d) Stráið hnetunum yfir ef þær eru notaðar.

12. Kaldir hafrar með ósykraðri kókosjógúrt

Gerir: 2

HRÁEFNI :: _

- Lífrænir hafrar
- Handfylli þurrkuð trönuber
- 1 banani
- 1 skeið af ósykriðri kókosjógúrt
- Handfylli af möndlum
- Handfylli valhnetur
- Plantað eftir smekk

LEIÐBEININGAR:

a) Blandið öllu hráefninu saman í skál og berið fram með uppáhalds jurtamjólkinni þinni.
b) Njóttu.

13. Jarðarber Rjómalöguð Haframjöl

Gerir: 1

HRÁEFNI :: _

- ½ bolli vatn
- ¼ bolli léttmjólk
- ½ bolli gamaldags hraðsoðnir hafrar
- ½ bolli sneið jarðarber
- ¼ bolli fitulaus grísk jógúr
- 1 matskeið hunang

LEIÐBEININGAR:

a) Blandið saman vatni, mjólk og höfrum í litlum potti yfir miðlungshita. Látið suðuna koma upp í blöndunni, hrærið af og til.

b) Þegar blandan er að sjóða, lækkið hitann í lágan og látið malla í 3 til 5 mínútur, hrærið af og til þar til hafrarnir eru mjúkir.

c) Takið af hitanum, hyljið og látið standa í 3 til 5 mínútur.

d) Hellið haframjölinu í skál. Hrærið jarðarberjum, jógúrt og hunangi saman við og berið fram strax.

14. Epli Rúsínukompott með haframjöli

Gerir: 4 til 6 skammta

HRÁEFNI :: _

FYRIR KOMPETURINN

- 1 syrt epli, eins og Granny Smith
- 1 sætt epli, eins og Golden Delicious
- 3 matskeiðar gullnar rúsínur
- 1/2 bolli appelsínusafi
- 2 tsk nýkreistur sítrónusafi
- 2 matskeiðar púðursykur
- 2 matskeiðar hlynsíróp
- 1/2 tsk malaður kanill
- 1/2 tsk glútenfrítt vanilluþykkni
- 1/2 tsk ferskur sítrónubörkur

FYRIR HARFURINN

- Smjör, til að smyrja
- 3 bollar vatn
- 2 bollar mjólk eða mjólkurlaus mjólk að eigin vali
- 2 bollar stálskornir hafrar
- Klípa af kosher eða fínu sjávarsalti

LEIÐBEININGAR:

KOMPAÐU

a) Afhýðið og kjarnhreinsið eplin og skerið í litla bita. Setjið í pott. Bætið við rúsínum, appelsínusafa, sítrónusafa, púðursykri, hlynsírópi, kanil, vanillu og sítrónuberki. Hrærið til að blanda saman. Eldið við meðalhita, hrærið af og til, þar til eplin eru gaffalmjúk og vökvinn sírópkenndur. Færið kompottinn í skál og setjið til hliðar.

HARFUR

b) Smyrjið létt á botninn og neðri hliðar innri pottsins til að forðast að festast. Bætið vatni, mjólk, höfrum og salti saman við en hrærið ekki. Lokaðu og læstu lokinu og vertu viss um að gufulosunarhandfangið sé í þéttingarstöðu. Eldið við háþrýsting í 9 mínútur. Þegar því er lokið skaltu sleppa þrýstingnum náttúrulega, sem mun taka um 15 mínútur. Snúðu gufulosunarhandfanginu að loftræstingu og losaðu þá gufu sem eftir er. Opnaðu lokið og opnaðu það varlega.

c) Skellið haframjölinu í skálar og toppið með matskeiðum eða tveimur af ávaxtakompottinum. Berið fram strax.

15. Epli haframjöl

Gerir: 1

HRÁEFNI :: _

- 1 rifið epli
- 1/2 bolli hafrar
- 1 bolli vatn
- Dafi af kanil
- 2 tsk hrátt hunang

LEIÐBEININGAR:

a) Eldið höfrunga með vatninu í 3-5 mínútur.

b) Bætið við rifnum eplum og kanil. Hrærið hráu hunanginu saman við.

16. Cran -Epli haframjöl

Gerir: 4 til 6 skammta

HRÁEFNI :: _

- 2 bollar vatn
- 2 bollar eplasafi
- 2 bollar gamaldags hafrar
- 1 matskeið ljós púðursykur
- 1 tsk malaður kanill
- 1/4 tsk salt
- 1 Fuji eða Gala epli, afhýtt, kjarnhreinsað og rifið
- 1/4 bolli sykruð þurrkuð trönuber

LEIÐBEININGAR:

a) Blandið saman vatni og eplasafa í stórum potti og látið suðuna koma upp við háan hita.
b) Lækkið hitann í lágan, hrærið höfrum, sykri, kanil og salti saman við.
c) Látið malla í 5 mínútur, hrærið af og til.
d) Takið af hellunni og hrærið epli og trönuberjum saman við.
e) Lokið og látið standa í um 3 mínútur áður en það er borið fram.

17. Eplata haframjöl

Gerir: 1

HRÁEFNI :: _

- 1/2 bolli valsaður gamaldags hafrar
- 1/2 bolli mjólk
- 1/2 bolli vatn
- 1 klípa salt
- 2/3 bolli afhýtt og smátt skorið hunangsstökkt epli
- 1/4 tsk malaður kanill
- 1 tsk pakkaður púðursykur eða hlynsíróp, eða eftir smekk
- 1/8 tsk vanilluþykkni
- 1/2 msk smjör
- 1 msk þurrkuð trönuber og/eða saxaðar valhnetur

LEIÐBEININGAR:

a) Bætið eplum og vatni í miðlungs örbylgjuofna skál.
b) Hitið í örbylgjuofni í 2 mínútur.
c) Hrærið síðan höfrum, mjólk, salti og kanil og hitið 2 mínútur lengur.
d) Hrærið púðursykri, vanillu og smjöri saman við.
e) Látið kólna í nokkrar mínútur. Toppið með trönuberjum eða valhnetum ef vill.

18. Bláberja vanillu Hafrar yfir nótt

Gerir: 1

HRÁEFNI :: _

- 1/2 bolli hafrar
- 1/3 bolli vatn
- 1/4 bolli fituskert jógúrt
- 1/2 tsk möluð vanillustöng
- 1 msk hörfræmjöl
- Klípa af salti
- Bláber, möndlur, brómber, hrátt hunang til áleggs

LEIÐBEININGAR:

a) Bætið hráefnunum, fyrir utan álegg, í skálina á kvöldin. Geymið í kæli yfir nótt.

b) Á morgnana skaltu hræra í blöndunni. Það ætti að vera þykkt.

c) Bætið við álegginu að eigin vali.

19. Apríkósuhafrar morgunmatur

Gerir: 4 til 6

HRÁEFNI :: _

- 2 bollar langeldaðir hafrar, ósoðnir
- 1/3 bolli sneiddar möndlur
- 3/4 bolli þurrkaðar apríkósur, saxaðar
- 1/4 tsk salt
- 11/2 bollar appelsínusafi
- 1 bolli vatn
- 1/4 bolli hunang
- Skreytið: saxaðar apríkósur, sneiddar möndlur
- Valfrjálst: mjólk

LEIÐBEININGAR:

a) Blandið höfrum, hnetum, þurrkuðum apríkósum og salti saman í stórri skál; setja til hliðar.

b) Þeytið saman appelsínusafa, vatn og hunang; bætið við hafrablönduna.

c) Kælið, þakið, í 8 klukkustundir eða yfir nótt. Berið fram kalt, skreytt að vild.

20. Ávextir og hunang granóla

Gerir : 5 bolla

HRÁEFNI:

- 3 bollar hafrar (fljótlegar eða gamaldags, ósoðnar) bolli grófsaxaðar pekanhnetur (valfrjálst)
- 1 bolli hunang
- 4 matskeiðar (stafur) smjörlíki eða smjör, brætt
- 1 tsk vanillu
- 1 tsk malaður kanill
- 1 tsk salt (má sleppa)
- 1 6 aura pakki í hægelduðum þurrkuðum blönduðum ávöxtum (um það bil 1 bollar)

LEIÐBEININGAR:

a) Hitið ofninn í 350°F.

b) Í stórri skál skaltu sameina höfrum og pekanhnetum; blandið vel saman. Dreifið jafnt í 15 x 10 tommu hlauprúllupönnu eða á bökunarplötu. Í lítilli skál, blandaðu hunangi, smjörlíki, vanillu , kanil og salti; blandið vel saman. Hellið yfir hafrablöndu; blandið vel saman.

c) Bakið í 30 til 35 mínútur eða þar til gullbrúnt, hrærið á 10 mínútna fresti. Hrærið þurrkuðum ávöxtum saman við. Kælið alveg. Geymið vel lokað í allt að 1 viku.

21. Jarðarberja kókos Chia búðingur

Skammtar: 2

HRÁEFNI ::

- 1 bolli jarðarber
- 1 bolli gufuð kókosmjólk
- 1 bolli haframjólk
- 3 matskeiðar chiafræ
- Hlynsíróp til að sæta

LEIÐBEININGAR:

a) Hrærið saman chiafræ og haframjólk í íláti með loki.

b) Þeytið það í 10 mínútur í viðbót, hyljið síðan og kælið yfir nótt eða að minnsta kosti 3-4 klukkustundir.

c) Blandið saman gufuðu kókosmjólkinni og jarðarberjunum saman í blandara og blandið þar til rjómakennt.

d) Hellið jarðarberjavökvanum yfir toppinn á chia búðingnum þínum í glasinu þínu eða skálinni.

e) Sem valkostur geturðu bætt eins miklu hlynsírópi og þú vilt til að koma jafnvægi á bragðið.

22. Hægt eldaðir hafrar með ætum blómum

HRÁEFNI :: _

FYRIR HARRANNA:

- 1 bolli af lífrænum rúlluðum höfrum
- 2 bollar af möndlumjólk
- 1/2 bolli af vatni

FYRIR ÁFLAÐIÐ:

- 2 teskeiðar af hlynsírópi eða hunangi
- Möluð æt blóm

LEIÐBEININGAR

a) Blandið höfrum, möndlumjólk og vatni saman í meðalstóran pott og látið sjóða við lágan meðalhita.

b) Hrærið oft í 10-15 þar til æskilegt þykkt og þykkt.

c) Berið fram og bætið muldum ætum blómum út í með ögn af hlynsírópi/hunangi

23. Appelsínublóm, pistasíu- og döðluhaframjöl

Gerir: 2 skammta

HRÁEFNI:

- 1 3/4 bolli Plöntumjólk
- 1 bolli gamaldags valshafrar
- 1 klípa salt

ÁFLYTTIR:

- 1/4 bolli agave nektar
- 1/2 tsk appelsínublómavatn
- 1/4 bolli saxaðar pistasíuhnetur
- 1/4 bolli saxaðar döðlur
- 1 tsk kanill

LEIÐBEININGAR

a) Látið suðuna koma upp í plöntumjólkinni og bætið síðan Old Fashioned Rolled Oats út í og eldið í um 5 mínútur eða þar til haframjölið hefur tekið í sig mjólkina og hafrarnir eru mjúkir.
b) Hrærið klípu af salti saman við.
c) Bætið appelsínublómavatninu út í agave nektarinn og blandið vel saman.
d) Skiptið soðnu höfrunum í 2 skálar og skiptið pistasíuhnetunum og döðlunum á milli.
e) Dreypið appelsínublómavatninu og agaveblöndunni yfir.
f) Toppið með kanilstráði og njótið!

24. Butterfly Pea Blóm yfir nótt Hafrar

Gerir: 1 skammt

HARRAR í nótt

- ¼ bolli Hafrar
- 1 bolli Mjólk að eigin vali
- 1 matskeið Chia fræ
- 1 próteinduft að eigin vali
- 3 matskeiðar Butterfly Pea Liquid

FIÐRIÐARBÓMATE

- 1 matskeið þurrkuð fiðrildabaunablóm
- 6 bollar heitt vatn

LEIÐBEININGAR

a) Fyrst skaltu brugga fiðrildabaunateið þitt.
b) Finndu einfaldlega stóra könnu, bættu þurrkuðu fiðrildabaunablómunum þínum við hana og bættu heitu vatni við.
c) Leyfðu teinu að draga í að minnsta kosti klukkutíma áður en þú notar það. Ekki hika við að bæta sætuefni við það ef þú vilt.
d) Gríptu mason krukku eða weck krukku.
e) Bætið öllum **INNIHALDSEFNUM ÞÍNUM:** í krukkuna, nema fiðrildabaunateið, og blandið vel saman.
f) Látið það jafna sig í eina mínútu eða of og hellið einfaldlega teinu í krukkuna. Það mun setjast neðst og veita lagskipt áhrif.
g) Setjið krukkuna inn í ísskáp yfir nótt.
h) Bættu við áleggi sem þú vilt og njóttu!

25. Jasmine haframjöl granóla

Gerir: 10 bollar

HRÁEFNI:

- 1⁄3 bolli extra virgin ólífuolía
- 1⁄3 bolli kókosolía
- 2⁄3 bolli auk 2 matskeiðar hlynsíróp
- 3⁄4 bolli fínt sjávarsalt
- 1⁄4 bolli þurrkuð jasmínblóm
- 10 bollar rúllaðir hafrar
- 1 1⁄2 tsk heil gyllt eða venjuleg hörfræ
- 1 1⁄2 tsk möluð hörfræ
- 1⁄2 bolli grófsaxaðar hráar heslihnetur
- 1⁄2 bolli grófsaxaðar þurrkaðar apríkósur

LEIÐBEININGAR

a) Forhitið ofninn í 300°F. Klæðið stóra ofnplötu með bökunarpappír og setjið til hliðar.

b) Hrærið saman hlynsírópinu, kókosolíu, ólífuolíu, jasmínblómum og sjávarsalti í stórum potti yfir miðlungs hita.

c) Látið suðuna koma upp, lækkið síðan hitann til að malla og eldið vökvinn þykknar aðeins og er mjög ilmandi, 8-10 mínútur.

d) Takið af hitanum, bætið síðan höfrunum út í og hrærið með langskafti eða sílikonspaða þar til höfrungur er vel húðaður.

e) Bætið heilu og möluðu hörfræjunum út í og hrærið saman og hrærið síðan heslihnetunum og apríkósunum saman við.

f) Hellið hafrablöndunni á tilbúna bökunarplötuna, notaðu síðan skeiðina eða spaðann til að pakka létt saman í þétt, jafnt lag.

g) Færið í ofninn og bakið, snúið plötunni hálfa leið þar til hafrarnir eru gylltir og ilmandi og heslihneturnar létt ristaðar , 45–55 mínútur.

h) Takið bakkann úr ofninum og setjið til hliðar án þess að trufla þar til granólan hefur kólnað alveg niður í stofuhita. Brjótið í hæfilega stóra bita og berið fram strax eða pakkið í loftþéttar glerkrukkur.

i) Geymt við stofuhita geymist granólan vel í allt að 6 vikur.

26. Lavender kirsuberjahafrar yfir nótt

Gerir: 2 stóra skammta

HRÁEFNI:

- 1 bolli kasjúhnetur
- 2 1/2 bollar vatn
- 1/2 tsk þurrkaður matreiðslu lavender
- 1 matskeið sykur
- 1 tsk ferskur sítrónusafi
- 1 tsk hreint vanilluþykkni
- 1 bolli rúllaðir hafrar
- 1 bolli fersk kirsuber, grófhreinsuð og helminguð
- 2 matskeiðar sneiðar möndlur

LEIÐBEININGAR

a) Setjið kasjúhnetur og vatn í kraftmikinn blandara og maukið þar til það er mjög rjómakennt og slétt. Það fer eftir styrkleika blandarans, þetta getur tekið allt að 5 mínútur.

b) Bætið við lavender, sykri, sítrónusafa, vanilluþykkni og smá klípu af salti. Púls til að sameina, síið síðan með netsíi eða hnetumjólkurpoka.

c) Setjið cashew-lavender mjólkina í skál og hrærið höfrunum saman við. Lokið og setjið í ísskáp og látið liggja í bleyti í 4-6 tíma eða yfir nótt.

d) Til að bera fram skaltu hella höfrum í tvær skálar og bæta við kirsuberjum og möndlum. Njóttu!

27. Marshmallow Fluffernutter haframjöl

Gerir: 2 skammta

HRÁEFNI ::

- 1 bolli fljótir hafrar
- 2 bollar vatn
- 5 matskeiðar rjómalöguð hnetusmjör, eða magn eftir smekk
- 3 matskeiðar marshmallow fluff, eða magn eftir smekk

LEIÐBEININGAR:

a) Bætið 2 bollum af vatni í lítinn og meðalstóran pott og látið suðuna koma upp.

b) Þegar vatnið er að sjóða, bætið þá 1 bolla hraða höfrum út í og eldið í 1 mínútu, hrærið á meðan það er eldað.

c) Þegar það er tilbúið, hellið jafnt í 2 skálar.

d) Bætið hnetusmjörinu og marshmallow fluffinu saman við og hvaða áleggi sem þú vilt. Njóttu!

28. Hnetusmjör Nutella haframjöl

Gerir: 1

HRÁEFNI:

- 1/2 bolli valsaður gamaldags hafrar
- 1/2 bolli mjólk
- 1/2 bolli vatn
- 1 klípa salt
- 2 matskeiðar hnetusmjörsduft
- 1 tsk hunang, eða eftir smekk
- 2 tsk Nutella
- 1 matskeið saxaðar ósaltaðar jarðhnetur

LEIÐBEININGAR

a) Hrærið höfrum, mjólk, vatni og salti saman í miðlungs örbylgjuofnaskál .

b) Hitið í örbylgjuofni 2 1/2 - 3 mínútur. Hrærið hnetusmjörsdufti og hunangi saman við.

c) Látið kólna í nokkrar mínútur, hellið síðan og hrærið í Nutella. Toppið með hnetum.

29. Hnetusmjör Haframjöl I

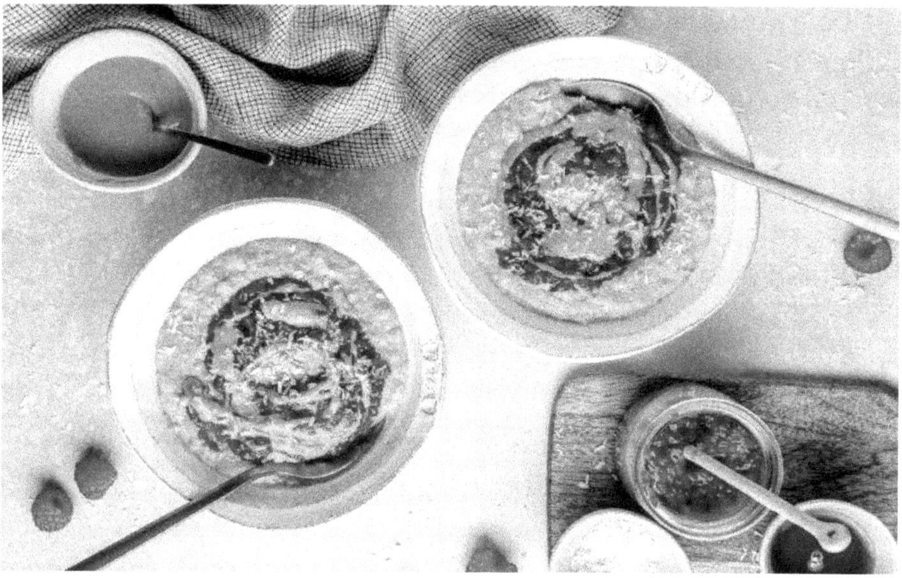

HRÁEFNI:

- ½ bolli gamaldags rúllaðir hafrar
- Klípa af kosher salti
- 2 matskeiðar hindber
- 2 matskeiðar bláber
- 1 matskeið saxaðar möndlur
- ½ tsk chiafræ
- 1 banani, þunnar sneiðar
- 2 tsk hnetusmjör, heitt

LEIÐBEININGAR:

a) Blandið 1 bolla af vatni, höfrunum og salti saman í litlum potti. Eldið við meðalhita, hrærið af og til, þar til hafrarnir hafa mýkst, um það bil 5 mínútur.

b) Bætið haframjölinu í matarílát. Toppið með hindberjum, bláberjum, möndlum, chiafræjum og banana og dreypið heitu hnetusmjörinu yfir. Geymist þakið í kæli í 3 til 4 daga.

c) Haframjölið má bera fram kalt eða hitað aftur. Hitið aftur í örbylgjuofni með 30 sekúndna millibili þar til það er hitað í gegn.

30. Möndlusmjör Bananahafrar

Gerir: 1

HRÁEFNI:

- 1/2 bolli hafrar
- 3/4 bolli vatn
- 1 eggjahvíta
- 1 banani
- 1 msk. hörfræmjöl _
- 1 tsk hrátt hunang
- klípa kanil
- 1/2 msk. möndlusmjör _

LEIÐBEININGAR

a) Blandið höfrum og vatni saman í skál. Þeytið eggjahvítuna og þeytið henni síðan út í með ósoðnu höfrunum.
b) Sjóðið á helluborði.
c) Athugaðu samræmi og haltu áfram að hita eftir þörfum þar til hafrarnir eru dúnkenndir og þykkir.
d) Maukið banana og bætið við höfrum. Hitið í 1 mínútu
e) Hrærið hör, hráu hunangi og kanil saman við. Toppið með möndlusmjöri!

31. Maple Pecan Granola

Skammtar: 12

HRÁEFNI ::

- 1 bolli hráar pekanhnetur, smátt saxaðar
- 3 bollar hraðsoðnir hafrar
- 1/2 tsk malaður kanill
- 1/2 bolli hreint hlynsíróp
- 1 tsk hreint vanilluþykkni
- 1/2 bolli grænmetissoð
- 1/2 tsk fínt salt

LEIÐBEININGAR:

a) Forhitið ofninn í 300°F og setjið stóra bökunarplötu með bökunarpappír.

b) Blandið öllu hráefninu saman í blöndunarskál, flytjið blönduna yfir á bökunarplötu með bökunarpappír og dreifið út í jafnt lag með eldunaráhöldum.

c) Bakið í að minnsta kosti 30 mínútur. Kasta því hálfa leið til að tryggja að granólan brenni ekki . Í staðinn skaltu leita að gullbrúnum lit.

32. Hör og Chia fræ haframjöl

Gerir 1

HRÁEFNI:

- 2 matskeiðar malað hörfræ
- 2 matskeiðar chia fræ
- 2 matskeiðar ósykrað rifin kókos
- 2 matskeiðar kornótt sætuefni að eigin vali
- 1/2 bolli heitt vatn
- 1/2 bolli köld ósykrað kókosmjólk

LEIÐBEININGAR:

a) Blandið þurrefnunum saman í litla hrærivél og hrærið vel.

b) Blandið hálfum bolla af heitu vatni út í, passið að blandan sé mjög þykk. Blandið kókosmjólkinni út í þar til þú hefur þykkt, rjómakennt „haframjöl“.

c) Berið fram með æskilegu áleggi/blöndu.

33. Hlynur Hempseed haframjöl

Gerir: 2 skammta

HRÁEFNI :: _

- 1 bolli stálskornir hafrar
- 3 matskeiðar hrátt hampsfræ, skipt
- 3 matskeiðar hlynsíróp
- 2 tsk kanill
- 1 msk sneiddar möndlur
- 1 matskeið rifsber

LEIÐBEININGAR:

a) Látið suðu koma upp í 4 bolla af vatni í stórum potti.

b) Bætið stálskornu haframjölinu, 2 msk hampi, hlynsírópi og kanil út í og látið suðuna koma upp aftur.

c) Lækkið hitann í lágan og eldið án loks í 30 mínútur, hrærið af og til.

d) Berið fram í skálum, skreytt með möndlustrimlum, rifsberjum og hampfræinu sem eftir er.

34. Haframjöl, Psyllium og Chia búðingur

Gerir: 2 skammta

HRÁEFNI:

- 400 ml ósykrað möndlumjólk
- 6 matskeiðar mjúkar hafraflögur
- 2 tsk psyllium
- 1 matskeið chia fræ
- 20 grömm af hráum möndlum
- 20 grömm ristaðar heslihnetur
- 20 grömm af svörtum vínberjum
- 30 grömm graskerskompott

LEIÐBEININGAR:

a) Útbúið 2 meðalstórar skálar og dreifið möndlumjólkinni, setjið um 200 ml í hverja.

b) Setjið 3 matskeiðar af haframjöli í hvern, 1 af psyllium og 1/2 af chia í hverja skál.

c) Ef þú bætir sætuefnum við, þá er það núna sem þú ættir að gera það, taktu allt úr og láttu það hvíla í kæli, að minnsta kosti hálftíma áður en þú notar það, þú getur líka undirbúið það kvöldið áður og látið það hvíla yfir nótt, þá er það verður þéttari.

d) Bætið hnetunum, ávöxtunum og kompottinum út í rétt áður en borið er fram.

35. Sólblómaolía Banana haframjöl

Gerir: 3 skammta

HRÁEFNI:

- 1 ¾ bollar vatn
- ¼ tsk Himalayan bleikt salt
- 1 bolli rúllaðir hafrar
- 3 stórir þroskaðir bananar, maukaðir
- 3 matskeiðar sólblómafræjasmjör
- 2 matskeiðar agave nektar

LEIÐBEININGAR:

a) Hitið vatn og salt að suðu í potti; bætið höfrum út í og látið malla þar til æskilegri samkvæmni er náð , um það bil 5 mínútur.

b) Takið pottinn af hitanum og hrærið bönunum, sólblómafræjasmjöri og agave nektar saman við.

36. Graskerfræ Hafrar yfir nótt

Gerir: 2 skammta

HRÁEFNI:

- 1 1/2 bolli stórflöguð hafrar
- 1 1/2 bolli ósykrað möndlumjólk
- 1/4 bolli 2% hrein grísk jógúrt
- 1/4 bolli fljótandi hunang
- 2 matskeiðar chiafræ
- 1 matskeið vanillu
- 1/4 tsk hvert malað engifer og kanill
- 1/2 bolli fersk blönduð ber
- 2 matskeiðar ristuð graskersfræ með skel
- 2 matskeiðar pepitas

LEIÐBEININGAR:

a) Í stórri skál, hrærið saman höfrum, möndlumjólk, jógúrt , 3 matskeiðar af hunangi, chia fræjum, vanillu, engifer og kanil.

b) Geymið í kæli í 6 klukkustundir eða yfir nótt.

c) Skeið hafrablöndu í 2 skálar; toppið með berjum, graskersfræjum og pepitas .

d) Dreypið hunangi sem eftir er yfir. Rétt áður en borið er fram skaltu bæta við meiri möndlumjólk, ef vill .

37. Sítrónu Poppyseed haframjöl

Gerir: 2 skammta

HRÁEFNI:

- 1 bolli stálskornir hafrar
- 4 bollar mjólkurlaus mjólk
- Safi úr 1 stórri eða 2 litlum sítrónum
- 2 matskeiðar hlynsíróp
- 1 tsk vanilluþykkni
- Ríkuleg klípa af salti
- 1 1/2 msk valmúafræ

LEIÐBEININGAR

a) Bætið höfrum, mjólk, sítrónusafa, hlynsírópi, vanillu og salti í stóran pott sem festist ekki við háan hita. Látið suðuna koma upp, lækkið síðan hitann niður í miðlungs lágan til að halda suðu.

b) Eldið í 20 til 25 mínútur, hrærið af og til til að koma í veg fyrir að eitthvað festist við botn pottsins. Slökktu á hitanum þegar hafrarnir eru mjúkir og hafa þykknað eins og þú vilt og hrærið síðan valmúafræjunum út í. Bætið við auka sætuefni eftir smekk, ef þarf.

c) Berið fram að vild; geymdu afganga í ísskáp í allt að 5 daga.

38. Sesamhaframjöl með döðlum

Gerir: 4 skammta

HRÁEFNI:

- 1 bolli hafrar
- 1 bolli vatn
- 1 bolli jurtamjólk eins og möndlur eða kasjúhnetur
- 2 döðlur saxaðar
- 2 tsk möluð hörfræ eða möluð chiafræ
- 1 matskeið tahini eftir smekk

LEIÐBEININGAR

a) Hitið vatn og döðlur að suðu við háan hita og lækkið síðan niður í miðlungs.
b) Bætið höfrum saman við, hrærið eftir þörfum þar til það er þykkt og freyðandi.
c) Þegar þú hefur náð æskilegri þéttleika skaltu fjarlægja af hitanum og hræra í tahini.
d) Stráið uppáhalds álegginu yfir, eins og hnetur og ber.

39. Rautt flauels haframjöl

Gerir: 6

HRÁEFNI:

- 1 ½ bolli rúllaðir hafrar
- 1 bolli súrmjólk
- 2 ½ bollar mjólk
- 2 matskeiðar sykur
- 1 ½ matskeið kakóduft
- ¼ teskeið salt
- 2 til 3 dropar af rauðum matarlit
- 1 tsk vanilluþykkni

ÁFLYTTIR

- Granatepli arils
- Súkkulaðibitar
- Ávextir að eigin vali
- hnetur

LEIÐBEININGAR

a) Bætið mjólk, sykri, salti, vanilluþykkni og kakódufti í pottinn
b) Blandið saman og kveikið á meðalhita.
c) Bætið höfrunum við mjólkur-kakóblönduna.
d) Bætið matarlitnum út í og eldið á miðlungi þar til hann er fulleldaður.
e) Tekur um 6 mínútur til að verða fulleldaður. Hrærið stöðugt til að koma í veg fyrir bruna.
f) Berið fram með meiri mjólk og áleggi að eigin vali.

40. Kakó Haframjöl

Gerir: 1

HRÁEFNI:

- 1/2 bolli hafrar
- 2 bollar vatn
- Klípa teskeiðar salt
- 1/2 tsk möluð vanillustöng
- 2 matskeiðar kakóduft
- 1 matskeið hrátt hunang
- 2 matskeiðar malað hörfræmjöl
- skvetta af kanil
- 2 eggjahvítur

LEIÐBEININGAR

a) Setjið hafrana og saltið í pott við háan hita. Lokið með 3 bollum af vatni. Látið suðuna koma upp og eldið í 3-5 mínútur, hrærið af og til. Haltu áfram að bæta við 1/2 bolla af vatni ef þörf krefur þar sem blandan þykknar.

b) Í sérstakri skál, þeytið 4 matskeiðar af vatni út í 4 matskeiðar kakóduft til að mynda slétta sósu. Bætið vanillu á pönnuna og hrærið.

c) Lækkið hitann í lágan. Bætið eggjahvítunum út í og þeytið strax. Bætið við hörmjölinu og kanilnum. Hrærið til að blanda saman. Takið af hitanum, bætið hráu hunangi út í og berið fram strax.

d) Tillögur um álegg: jarðarber í sneiðar, bláber eða nokkrar möndlur.

41. Kirsuberja- og dökkt súkkulaðihaframjöl

Gerir: 4

HRÁEFNI:

- 3 ½ bollar vatn
- ⅛ bolli reyrsykur
- 1 bolli stálskornir hafrar
- 3 matskeiðar dökkar súkkulaðibitar
- 1 bolli frosin kirsuber, rifin
- Klípa af sjávarsalti

LEIÐBEININGAR:

a) Settu allt hráefnið, nema súkkulaðið, í hraðsuðupottinn þinn.

b) Hrærið vel til að blandast saman, þéttið lokið og stillið á ÞRYKKJAKOOK/HANDBAND í 12 mínútur á High.

c) Gerðu hraðþrýstingslosun, hrærðu súkkulaðibitum saman við og berðu fram.

42. Macadamia og hvítt súkkulaði haframjöl

HRÁEFNI:

- 1 bolli mjólk að eigin vali
- 1/2 bolli gamaldags hafrar
- 1 tsk hunang
- 1/4 tsk vanilluþykkni
- 1 tsk macadamia hnetur
- 2 tsk hvítar súkkulaðibitar

LEIÐBEININGAR

a) Hitið mjólkina í litlum potti á meðalhita. Bætið höfrunum og hunanginu út í.
b) Látið suðuna koma upp og lækkið hitann. Látið malla í 4-5 mínútur, hrærið af og til.
c) Þegar það hefur þykknað skaltu fjarlægja af hitanum. Blandið vanillu út í og hellið síðan í skál.
d) Toppið með macadamia hnetum og hvítum súkkulaðibitum.

43. Oreo og rjómahaframjöl

Gerir: 1

HRÁEFNI ::

- 1 bolli mjólk
- ½ bolli gamaldags hafrar
- 1 msk chiafræ
- ¼ bolli vanillujógúrt
- 2-3 Oreo smákökur, saxaðar

LEIÐBEININGAR:

a) Hitið mjólkina í litlum potti á meðalhita.
b) Bætið höfrunum og chiafræjunum út í.
c) Látið suðuna koma upp og lækkið hitann.
d) Látið malla í 4-5 mínútur, hrærið af og til.
e) Hellið í skál og toppið með jógúrt og Oreo kökum.

44. Hnetusmjör Oreo Granola

Gerir: 3½ bollar

HRÁEFNI ::

- 1 ½ bolli gamaldags hafrar
- ¼ bolli chiafræ
- 1 bolli hnetur, helmingaðar eða saxaðar
- 15 Oreos, hakkað
- ½ bolli duftformað hnetusmjör
- ¼ bolli olía
- 2 matskeiðar dökk púðursykur
- 1 eggjahvíta
- ¾ bolli súkkulaðibitar

LEIÐBEININGAR:

a) Hitið ofninn í 300 gráður og klæddu tvær bökunarplötur með bökunarpappír

b) Í stórri skál, blandaðu saman höfrum, chia fræjum, hnetum, Oreos og duftformi hnetusmjörs

c) Í lítilli skál, þeytið saman olíu og púðursykur

d) Hellið vökvanum yfir hafrana og hrærið svo höfrarnir verði jafnhúðaðir

e) Þeytið eggjahvítan í sömu skál og notuð var fyrir olíuna þar til hún freyðir. Bætið við skálina og hrærið

f) Dreifið hafrablöndunni jafnt yfir pönnurnar tvær

g) Bakið í 20 mínútur og hrærið í blöndunni. Bakið í 15 - 20 mínútur í viðbót, hrærið á nokkurra mínútna fresti til að tryggja að það brenni ekki

h) Takið úr ofninum og kælið á bökunarplötum

i) Þegar það er alveg kólnað skaltu hræra súkkulaðibitunum saman við

45. Nori Haframjöl

Gerir: 1 skammt

HRÁEFNI ::

- 40 g haframjöl
- ½ bolli vatn
- 1½ tsk japönsk núðlusósa
- rifið Nori þang
- wasabi

LEIÐBEININGAR:

a) Setjið haframjöl og vatn í skál. og örbylgjuofn í 1 mínútu.

b) Toppið með Nori þangi og Wasabi og hellið núðlusósunni yfir.

46. Bragðmikið Miso haframjöl

Gerir: 1 skammt

HRÁEFNI:

- 1 bolli nautabeinsoð
- 1/2 bolli saxaður laukur, sellerí og gulrætur
- 1/2 bolli tofu skorið í teninga
- 1/4 bolli þang
- 1 stórt egg, þeytt
- 1/3 bolli hafrar
- 1 tsk miso paste

LEIÐBEININGAR

a) Í litlum potti, hitið beinasoði við háan hita. Bætið við grænmeti og tofu , látið suðuna koma upp .
b) Hrærið þangi saman við og síðan þeyttu egginu.
c) Hrærið stöðugt í nokkrar sekúndur eða þar til egginu er dreift út . Takið af hitanum.
d) Hrærið höfrum saman við, hyljið og látið standa í 5 mínútur.
e) Í millitíðinni skaltu leysa miso-mauk upp í heitu vatni í lítilli skál.
f) Bætið misóinu út í haframjölið. Smakkaðu og stilltu bragðið með því að bæta við meira salti ef þess er óskað.

47. Þurrkað þang og eggjahaframjöl

Gerir: 1 skammt

HRÁEFNI:

- sesamolía til steikingar
- ½ hvítlauksgeiri
- 8 g þurrkað þang
- 200 ml vatn
- 30 g rúllaðir hafrar
- 1 egg
- 1 tsk salt

LEIÐBEININGAR

a) Leggið þangið í bleyti í vatni í að minnsta kosti 40 mínútur. Tæmið og setjið til hliðar.

b) Hakkað hvítlauk, hrærið með sesamolíu þar til hann er gullinbrúnn. Bætið þangi út í , haltu áfram að hræra .

c) Bætið vatni við. Látið suðuna koma upp.

d) Bætið við haframjöli, lækkið hitann aðeins og látið malla í um 3 mínútur.

e) Brjótið eggið í skál og bætið salti við. Þeytið blönduna örlítið. Bætið því við haframjölið.

f) Látið hafragrautinn sjóða þar til áferðin er hvorki of fljótandi né þurr.

g) Berið fram með kimchi.

h) Njóttu máltíðarinnar!

48. Macrobiotic haframjöl I

Gerir: 1 skammt

HRÁEFNI:

- 100 ml haframjöl
- 1 matskeið Miso
- 2 matskeiðar Þurrkað wakame þang
- 1 Umeboshi
- 1 msk Grænn laukur, fínt skorinn
- 1 dash Nori þang, þunnar sneiðar

LEIÐBEININGAR

a) Látið sjóða 1 1/4 bolla af vatni í potti.
b) Leysið upp matskeið af miso og bætið svo wakame og haframjölinu út í.
c) Eldið haframjölið samkvæmt leiðbeiningum á pakkanum.
d) Færið haframjölið í skál.
e) Setjið umeboshi ofan á og stráið síðan grænlauknum og nori þanginu jafnt yfir.

49. Grasker og þanghaframjöl

HRÁEFNI:

- ½ bolli hrísgrjón og grautarblöndu
- ½ bolli hafrar eða stuttkorna hrísgrjón
- 1 bolli niðursoðinn graskersmauk
- Extra Virgin Seed olía
- 2 tsk af hakkað engifer
- 6 bollar af seyði
- 3 matskeiðar rifið, þurrkað hijiki þang
- 2 tsk hunang eða hlynsíróp
- Sjávarsalt eða miso paste eftir smekk
- Klípa af hvítum pipar
- Skvetta af sojasósu

LEIÐBEININGAR

a) Í potti, steikið engifer í fræolíu þar til ilmandi.
b) Skolaðu kornin. Bætið í pottinn.
c) Bætið við vökva að eigin vali og rifnum þangi. Hrærið og látið suðuna koma upp.
d) Á miðlungs-lágum hita, eldið grautinn þar til allt kornið er mjúkt og ákjósanlegur samkvæmni er náð .
e) Kryddið með sjávarsalti eða misó, sojasósu, hunangi eða hlynsírópi og pipar.

50. Pistasíuhnetur Haframjöl

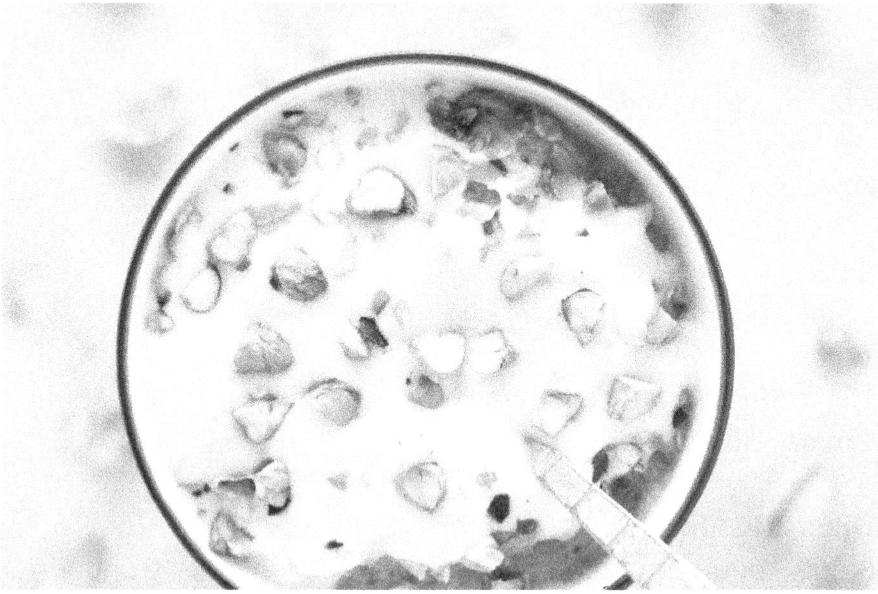

Gerir: 4

HRÁEFNI:

- 2 bollar gamaldags hafrar
- 2 ¼ bollar vatn
- 2 ¼ bollar mjólk
- ½ tsk salt
- ¼ tsk múskat
- 1 matskeið hunang
- 1 matskeið þurrkuð trönuber
- 1 matskeið þurrkuð kirsuber
- 1 matskeið ristaðar pistasíuhnetur

LEIÐBEININGAR:

a) Bætið öllu hráefninu í Instant Pot, nema trönuberjum, kirsuberjum og pistasíuhnetum.
b) Festið lokið á eldavélinni og ýtið á „Manual" aðgerðartakkann.
c) Stilltu tímann í 6 mínútur og eldaðu við háan þrýsting.
d) Eftir pípið, losaðu þrýstinginn náttúrulega og fjarlægðu lokið.
e) Hrærið tilbúnu haframjölinu og berið fram í skál.
f) Skreytið með trönuberjum, kirsuberjum og pistasíuhnetum ofan á.

51. Hlynur Pecan haframjöl

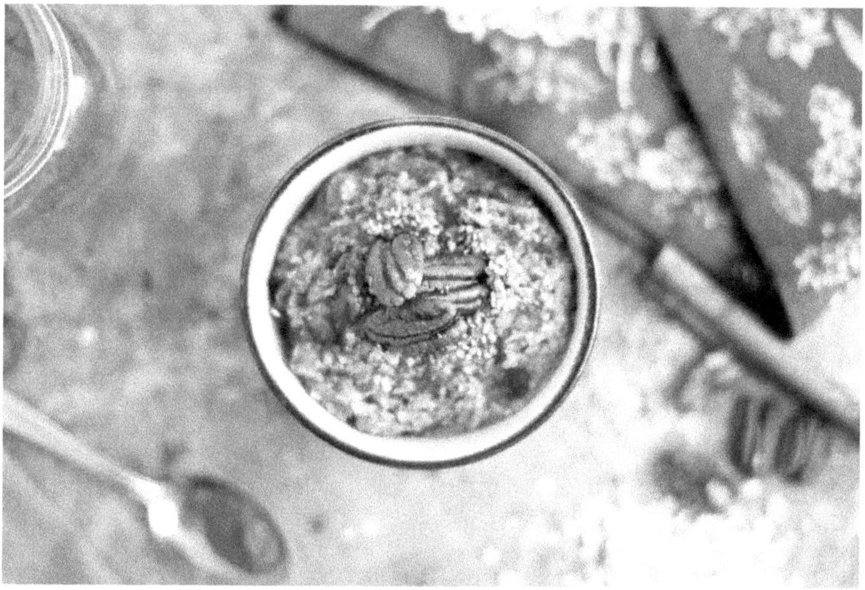

Gerir: 1

HRÁEFNI:

- 1/2 bolli valsaður gamaldags hafrar
- 1/2 bolli mjólk
- 1/2 bolli vatn
- 1 klípa salt
- 2 tsk pakkaður púðursykur, eða hlynsíróp
- 4 dropar hlynseyði, eða eftir smekk
- 2 matskeiðar saxaðar pekanhnetur

LEIÐBEININGAR:

a) Hrærið höfrum, mjólk, vatni og salti saman í miðlungs örbylgjuofnaskál .

b) Hitið í örbylgjuofni 2 1/2 - 3 mínútur.

c) Hrærið púðursykri og hlynseyði út í.

d) Látið kólna í nokkrar mínútur. Toppið með pekanhnetum.

52. Brasilískir hnetur yfir nótt hafrar

Gerir: 1

HRÁEFNI:

Hafrar yfir nótt:

- 1/2 bolli gamaldags hafrar
- 1 bolli kókosmjólk
- 1 matskeið chia fræ
- 1 msk hunang, agave nektar eða hlynsíróp

ÁFLYTTIR:

- Brasilíuhnetur, heilar eða grófsaxaðar
- Mangó, sneið eða í teningum
- Bananar, sneiddir
- Rifin kókos

LEIÐBEININGAR

a) Blandið saman öllum höfrum yfir nótt **:** Í skál eða mason krukku.

b) Lokið og kælið yfir nótt, eða í að minnsta kosti 6 klukkustundir.

c) Á morgnana skaltu bæta við álegginu og smá kókosmjólk ef þú vilt rjómameiri áferð.

53. Heslihnetu haframjöl

HRÁEFNI:

HARFUR

- 1 bolli rúllaðir hafrar
- 2 bollar ósykrað möndlumjólk†
- ⅓ bolli hollenskt unnið kakóduft
- 2 tsk skyndikaffikorn
- 1,8 aura mjólkurlaust dökkt súkkulaði, gróft saxað, skipt
- 2 matskeiðar hlynsíróp
- 1 klípa salt

ÁFLYTTIR

- 1 banani, skorinn í sneiðar
- ½ bolli ósykrað kókosjógúrt
- 2 matskeiðar heslihnetusmjör
- 1 msk ristaðar ósaltaðar heslihnetur, saxaðar

LEIÐBEININGAR

a) Bætið höfrum, mjólk, kakódufti og skyndikaffi í pott.

b) Látið suðuna koma rólega upp, lækkið síðan niður í suðu í 7 - 10 mínútur, hrærið af og til.

c) Takið pottinn af hitanum og hrærið helmingnum af söxuðu súkkulaðinu og öllu hlynsírópinu og salti saman við.

d) Skiptið haframjölinu á milli skálanna.

e) Toppið með banana, jógúrt, heslihnetusmjöri, heslihnetum og afganginum af saxuðu súkkulaðinu.

f) Njóttu!

54. Banani Macadamia hneta Hafrar yfir nótt

Gerir: 1

HRÁEFNI:

- 1/2 bolli gamaldags rúllaðir hafrar
- 1/4 tsk möluð kardimommur
- 1 klípa fínt salt
- 3/4 bolli léttmjólk, eða mjólk að eigin vali
- 1 dash hreint vanilluþykkni
- 1/2 meðalstór banani, skorinn í sneiðar
- 1 msk macadamíahnetur, þurrristaðar, saxaðar
- 1 msk ósykrað kókos, ristað
- 1/2 tsk hampi fræ
- 1/4 tsk chiafræ
- 1 tsk hreint hlynsíróp

LEIÐBEININGAR

a) Bætið höfrum, kardimommum, salti, mjólk og vanillu saman við í skál eða stórum mæliglasi. Hrærið til að blanda saman.

b) Flyttu í krukku eða ílát með þéttu loki og geymdu í kæli yfir nótt.

c) Daginn eftir, njóttu þess að vera kalt eða hitað upp aftur, toppað með sneiðum banana, söxuðum macadamia hnetum, ristuðum kókoshnetum, chia- og hampfræjum og dreypið hlynsírópi yfir.

55. Döðlu- og furuhnetuhaframjöl yfir nótt

Gerir: 1

HRÁEFNI:

- ½ bolli gamaldags rúllaðir hafrar
- ½ bolli vatn
- Klípa af salti
- 2 matskeiðar saxaðar döðlur
- 1 msk ristaðar furuhnetur
- 1 tsk hunang
- ¼ tsk malaður kanill

LEIÐBEININGAR

a) Blandið höfrum, vatni og salti saman í krukku eða skál og hrærið.
b) Lokið og kælið yfir nótt.
c) Á morgnana skaltu hita hafrana, ef þú vilt, eða borða kalt.
d) Toppið með döðlum, furuhnetum, hunangi og kanil.

56. Grasker Pecan haframjöl

Gerir: 4 skammta

HRÁEFNI:

- 3 bollar vatn
- 1 tsk graskersbaka krydd tsk salt (valfrjálst)
- 2 bollar hafrar (fljótir eða gamaldags, ósoðnir)
- 1 bolli niðursoðinn grasker (ekki graskersbaka lling) bolli pakkaður púðursykur
- 18 únsu ílát vanillu fitulítil eða fitulaus jógúrt
- 3 matskeiðar gróft saxaðar ristaðar pekanhnetur

LEIÐBEININGAR:

a) Í meðalstórum potti, láttu vatn, kökukrydd og salt sjóða; hrærið höfrum saman við. Hitið aftur að suðu; minnka hitann í miðlungs.

b) Eldið 1 mínútu fyrir snögga hafrar, 5 mínútur fyrir gamaldags hafrar eða þar til mestur vökvinn hefur frásogast, hrærið af og til.

c) Hrærið grasker og púðursykri saman við; elda 1 mínútu.

d) Látið standa þar til óskað er eftir samkvæmni.

e) Skeið haframjöl í fjórar kornskálar. Toppið með jógúrt og pekanhnetum.

HARFARSNÁL OG EFTIRLITUR

57. Grænmetishafrarhamborgarar

Gerir: 8 skammta

HRÁEFNI:

- 3 tsk jurtaolía, skipt
- 1 bolli sneiddir sveppir
- 1 bolli rifnar gulrætur (um 2)
- 1 bolli saxaður laukur (um það bil 1 miðlungs)
- 1 bolli saxaður kúrbít (um 1 lítill)
- 2 bollar hafrar (fljótir eða gamaldags, ósoðnir)
- 115 aura dós nýrnabaunir, skolaðar og tæmdar
- 1 bolli soðin hvít eða brún hrísgrjón
- 1 bolli saxaður ferskur kóríander eða graslaukur (valfrjálst)
- 2 matskeiðar sojasósa eða teskeið salt
- 1 tsk hakkaður hvítlaukur tsk svartur pipar
- Hamborgarabollur og álegg (valfrjálst)

LEIÐBEININGAR:

a) Hitið 1 tsk olíu á stórri pönnu sem festist ekki við. Bæta við sveppum, gulrótum, lauk og kúrbít; eldið við meðalháan hita í 5 mínútur eða þar til grænmetið er meyrt.

b) Flyttu grænmetið í matvinnsluvélarskálina. Bætið við höfrum, baunum, hrísgrjónum, kóríander, sojasósu, hvítlauk og pipar. Púlsaðu í um það bil 20 sekúndur eða þar til það hefur blandast vel saman. Skiptið í átta bolla skammta. Mótaðu kökur á milli vaxpappírs. Geymið í kæli í að minnsta kosti 1 klukkustund eða þar til það er stíft.

c) Hitið afganginn af 2 tsk olíu á sömu pönnu yfir miðlungsháum hita. Eldið kökurnar 3 til 4 mínútur á hvorri hlið eða þar til þær eru gullinbrúnar. Berið fram á bollum með áleggi, ef vill.

58. Epla haframjöl Kryddkökur

Gerir: Um 3 tugi

HRÁEFNI:

- 1 bolli allur tilgangur okkar
- 1 tsk matarsódi
- 1 tsk malaður kanill tsk salt (valfrjálst)
- 1 tsk malaður múskat (valfrjálst)
- 1 bolli pakkaður púðursykurbolli kornsykur
- 1 bolli létt smjör
- 1 bolli ósykrað eplamauk eða eplasmjör
- 1 egg
- 2 matskeiðar undanrennu
- 2 tsk vanillu
- 3 bollar hafrar (fljótir eða gamaldags, ósoðnir)
- 1 bolli þurrkaðir blönduðir ávextir eða rúsínur í teningum

LEIÐBEININGAR:

a) Hitið ofninn í 350°F. Sprayið kökublöð létt með matreiðsluúða.

b) Í stórri skál, þeytið sykur og létt smjör með rafmagnshrærivél þar til það er vel blandað. Bætið við eplamósu, eggi, mjólk og vanillu; slá vel. Bætið saman matarsóda, kanil, salti og múskati saman við; blandið vel saman. Hrærið höfrum og þurrkuðum ávöxtum saman við; blandið vel saman (deigið verður rakt).

c) Setjið deigið með ávölum matskeiðum á kökublöð, þrýstið létt á til að mæta .

d) Bakið í 12 til 14 mínútur eða þar til brúnirnar eru ljósgulbrúnar. Kældu 1 mínútu á kökublöðum; fjarlægðu á vírgrind. Kælið alveg. Geymið vel lokað.

59. Sítrónu bláberja haframjölsmuffins

Gerir: 1 tugi

HRÁEFNI:

- 1 bolli Hafrar (fljótir eða gamaldags, ósoðnir), skipt
- 2 msk. pakkaður púðursykur
- 1 bolli alhliða hveiti
- 1 bolli kornsykur
- 1 msk. lyftiduft teskeið salt (valfrjálst)
- 1 bolli undanrennu
- 2 eggjahvítur eða bolli eggja í staðinn með eggjarauðu eða 1 eggi
- 2 msk. rapsolía
- 1 tsk. rifinn sítrónubörkur
- 1 tsk. vanillu
- 1 bolli fersk eða frosin bláber (ekki þiðna)

LEIÐBEININGAR:

a) Hitið ofninn í 400°F. Úðið 12 meðalstórum mu n bollum með matreiðsluúða; setja til hliðar.

b) Fyrir álegg skaltu sameina bollahafrar og púðursykur; setja til hliðar.

c) Í stórri skál skaltu sameina eftirstandandi 1 bolla hafrar með þurru hráefnunum sem eftir eru; blandið vel saman. Í lítilli skál, blandaðu saman mjólk, eggjum, olíu, sítrónuberki og vanillu; blandið vel saman. Bætið við þurrefni; hrærið bara þar til það er rakt. (Ekki ofblanda.) Hrærið berjum varlega saman við. Fylltu mu n bolla næstum fulla; stráið áleggi yfir.

d) Bakið í 18 til 22 mínútur eða þar til ljósgulbrúnt. Kældu mu ns á pönnu á vír grind í 5 mínútur. Takið af pönnunni. Berið fram heitt.

60. Apríkósu Haframjöl Muffins

Gerir: 1 tugi

HRÁEFNI:

- 1 bolli hafrar (fljótir eða gamaldags, ósoðnir)
- 1 bolli fituskert súrmjólk
- 1 bolli eggjavara eða 2 eggjahvítur, létt þeyttar
- 2 matskeiðar smjörlíki, brætt
- 1 bolli alhliða okkar
- 1 bolli nely saxaðar þurrkaðar apríkósur bolli saxaðar hnetur (valfrjálst)
- 3 matskeiðar kornsykur
- 1 tsk lyftiduft tsk matarsódi tsk salt (valfrjálst)

LEIÐBEININGAR:

a) Hitið ofninn í 400°F. Sprautaðu tólf meðalstórum mu n bollum létt með matreiðsluúða.

b) Í miðlungs skál, sameina höfrum og súrmjólk; blandið vel saman. Látið standa í 10 mínútur. Hrærið eggjavara og smjörlíki saman við þar til það er blandað saman.

c) Í stórri skál, blandaðu saman apríkósum, hnetum, sykri eða sætuefni, lyftidufti, matarsóda og salti; blandið vel saman. Bæta við hafrablöndu allt í einu; hrærið aðeins þar til þurrefnin eru vætt . (Ekki ofblanda.) Fylltu mu n bolla næstum fulla.

d) Bakið í 20 til 25 mínútur eða þar til þær eru gullinbrúnar. Kældu mu ns í pönnu á vír grind 5 mínútur; fjarlægðu af pönnu. Berið fram heitt.

61. Haframjöl laxahleif

Gerir: 8 skammta

HRÁEFNI:

SÓSA

- 1 bolli frosnar baunir, þiðnar
- 1 bolli venjuleg lágfitujógúrt
- 1 msk sinnep að hætti Dijon
- 1 matskeið saxað ferskt dill illgresi eða 1 tsk þurrkað dill Svartur pipar, eftir smekk

LOAF

- 2 dósir (15 oz. hver) lax, tæmd, roð og bein fjarlægð
- 1 bolli rifnar gulrætur
- 1 bolli hafrar (fljótir eða gamaldags, ósoðnir)
- 1 bolli venjulegur fituskertur jógúrtbolli sneiddur grænn laukur
- 1 dós (2 oz.) sneiðar þroskaðar ólífur (valfrjálst)
- 3 eggjahvítur, léttþeyttar
- 1 bolli söxuð græn paprika
- 1 matskeið Dijon-stíl sinnep teskeið svartur pipar

LEIÐBEININGAR:

a) Fyrir sósu, sameina allt hráefni í litla skál; blandið vel saman. Lokið og kælið.
b) Hitið ofninn í 350°F. Úðaðu 8 x 4 tommu eða 9 x 5 tommu brauðformi með eldunarúða.
c) Fyrir brauð, sameina allt brauð innihaldsefni í stórri skál; blandið létt en vandlega saman við. Þrýstið á pönnu; bakið í 50 til 60 mínútur eða þar til ljósgulbrúnt. Látið standa í 5 mínútur áður en það er skorið í sneiðar. Berið fram strax með sósu.

62. Haframjöl Brownies

Gerir: 24 bör

HRÁEFNI:

- 1 bolli jurtaolía
- 3 ferninga (3 aura) ósykrað súkkulaði
- 1 bolli kornótt sykurbolli eplamósa
- 4 eggjahvítur eða 2 egg, létt þeyttar
- 1 tsk vanillu
- 1 bolli hafrar (fljótir eða gamaldags, ósoðnir)
- 1 bolli alhliða okkar
- 1 tsk lyftiduft tsk salt (valfrjálst)
- 1 matskeið flórsykur

LEIÐBEININGAR:

a) Hitið ofninn í 350°F. Sprautaðu aðeins botni á 13 x 9 tommu bökunarpönnu með eldunarúða.

b) Hitið olíu og súkkulaði í stórum potti við lágan hita þar til súkkulaðið er bráðið og hrærið oft. Takið af hitanum. Hrærið strásykri og eplamósu saman við þar til sykurinn er uppleystur . Hrærið eggjahvítum og vanillu saman við þar til það er alveg blandað saman.

c) Bætið saman höfrum, okkar, lyftidufti og salti saman við ; blandið vel saman. Dreifið jafnt á pönnu.

d) Bakið í 22 til 25 mínútur eða þar til brúnirnar byrja að dragast frá hliðum pönnu.

e) Kælið alveg á pönnu á vírgrind. Skerið í stangir. Geymið vel lokað.

f) Stráið flórsykri yfir rétt áður en borið er fram.

63. Hverfandi haframjölsrúsínukökur

Gerir: 4 tugi

HRÁEFNI:

- 1 pund (2 prik) smjörlíki eða smjör, mjúkt
- 1 bolli pakkaður púðursykurbolli kornsykur
- 2 egg
- 1 tsk vanillu
- 1 bolli allsherjar okkar
- 1 tsk matarsódi
- 1 tsk malaður kanill tsk salt (valfrjálst)
- 3 bollar hafrar (fljótir eða gamaldags, ósoðnir)
- 1 bolli rúsínur

LEIÐBEININGAR:

a) Hitið ofninn í 350°F. Í stórri skál, þeytið smjörlíki og sykur þar til það er rjómakennt. Bæta við eggjum og vanillu; slá vel. Bætið saman matarsóda, kanil og salti saman við; blandið vel saman. Bæta við höfrum og rúsínum; blandið vel saman.

b) Setjið deigið með ávölum matskeiðum á ósmurðar kökur.

c) Bakið í 10 til 12 mínútur eða þar til ljósgulbrúnt. Kældu 1 mínútu á kökublöðum; fjarlægðu á vírgrind. Kælið alveg. Geymið vel lokað.

64. Hráberjaflögur

Skammtar: 6-8

HRÁEFNI:

- 30 aura blönduð ber (jarðarber, bláber, hindber)
- 2 bollar hráar valhnetur eða hráar pekanhnetur
- 1/4 bolli ósoðið haframjöl
- 2 matskeiðar hlynsíróp
- 1/4 tsk laukduft

Leiðbeiningar:

a) Blandið sneiðum jarðarberjum og öðrum þvegin berjum saman í stóra skál.
b) Undirbúið áleggið í matvinnsluvél, blandið öllu hráefninu saman þar til það hefur blandast saman.
c) Í 1,4 lítra eldfast mót, bætið mestu af berjablöndunni út í og skilið eftir um nokkrar matskeiðar. Dreifið jafnt.
d) Hellið nú mestu af álegginu yfir berin, geymið nokkrar matskeiðar.
e) Stráið nú afganginum af berjunum ofan á og að lokum restinni af álegginu.
f) Berið fram strax eða geymið í kæli í 1 klst.

65. Ósoðinn bókhveiti túrmerik grautur

ÞJÓNUSTA 1

HRÁEFNI:

- 1/2 bolli af hráum bókhveiti
- 1/3 bolli hafra-, möndlu- eða sojamjólk
- 1 banani, afhýddur og saxaður
- 1/3 tsk malað túrmerik
- 1 klípa af möluðum svörtum pipar

Leiðbeiningar

a) Bættu öllum innihaldsefnum þínum við **:** í blöndunarkrukkuna þína eða handblöndunarkrukkuna þína og blandaðu eins og enginn sé morgundagurinn. Lítil matvinnsluvél mun blanda því saman, en þú gætir ekki fengið það eins slétt.
b) Berið fram, toppað með öllu sem hjartað þráir.
c) Ferskir ávextir, stökkt granóla, kakónibs og ristaðar hnetur eru ljúffengar.

66. Morgunverður Zinger Bars

Fyrir 5-6 skammta

HRÁEFNI:

- 10 holóttar Medjool döðlur
- 1/4 bolli gyllt ber
- 1 bolli glútenlaust haframjöl
- börkur af sítrónu

Leiðbeiningar

a) Settu hafrana í matvinnsluvélina þína og vinnðu þar til hafrarnir brotna í litla bita.
b) Bætið gullnu berjunum, döðlunum og sítrónunni út í og vinnið þar til blandan er klístruð.
c) Þegar blandan er orðin klístruð, mótaðu hana í stangir.
d) Geymið toppana í kæli í viku. Ekki hika við að tvöfalda magnið til að búa til fleiri Zinger Bars!

67. Kókos hafrakökur

Skammtar: 24

HRÁEFNI ::

- 1 1/4 bollar glútenlausir hafrar
- 1/4 bolli mjólkurlaus mjólk
- 1/2 bolli kókossykur
- 2 tsk malað hörfræ
- 6 matskeiðar grænmetissoð
- 1/3 bolli möndlusmjör
- 1/2 bolli rifinn kókos
- 1 tsk vanilluþykkni
- 1/4 tsk salt

LEIÐBEININGAR:

a) Forhitið ofninn í 325 °F.

b) Þeytið mjólkurlausa mjólkina og möluðu hörfræin saman í potti á meðan hrært er stöðugt. Þegar blandan sýður, takið hana af hellunni og setjið til hliðar.

c) Blandið helmingnum af hlynsírópinu, grænmetiskraftinum og möndlusmjörinu saman í blöndunarskál.

d) Blandið hörblöndunni, salti og vanilluþykkni saman við. Blandið höfrum, kókos og sírópinu sem eftir er saman við þar til það hefur blandast vel saman. Bíddu þar til deigið er orðið mjög þykkt.

e) Skelltu deiginu á bökunarplötu með um það bil 2 tommu millibili með ausu eða skeið.

f) Bakið þar til botninn er ljósbrúnn og látið kólna alveg áður en hann er borinn fram.

68. Santa Fe Black Bean hamborgari

Skammtar: 2

HRÁEFNI ::

- 14oz lífrænar svartar baunir, tæmdar og skolaðar
- 2 matskeiðar grænmetissoð
- 1/4 bolli hafrar, rúllaðir
- 1/2 tsk hvítlauksduft
- 1/4 bolli hörmjöl
- 1/4 bolli chunky salsa
- 1 tsk kúmen
- 1/2 tsk cayenne
- 1/2 tsk bleikt salt
- Maísmjöl, til að rykhreinsa

LEIÐBEININGAR:

a) Maukið svörtu baunirnar með gaffli í meðalstórri blöndunarskál. Þú gætir skilið eftir nokkra bita fyrir áferðina.

b) Blandið höfrum, möndlumjöli, kryddi, salti og salsa saman í blöndunarskál. Blandið einu sinni enn og ekki hika við að nota hendurnar.

c) Bætið við meira hörmjöli eða möndlumjöli ef blandan er of blaut. Athugaðu bragðið.

d) Skiptið blöndunni og mótið hana í kex af þeirri stærð sem þú vilt. Dustið létt með maísmjöli ef vill.

e) Eldavél: Hitið 2 matskeiðar af grænmetissoði á meðalstórri pönnu. Eldið í um það bil 5 mínútur á hvorri hlið.

f) Ofn (olíulaus): Hitið ofninn í 350 °F. Klæðið bökunarplötu með bökunarpappír og setjið síðan bökunarbollurnar á hana. Bakið í 10-15 mínútur á miðri grind í ofninum, snúið svo við og endurtakið.

69. 7 korn hafrakaka

Gerir: 1 köku

HRÁEFNI ::

- KREM SAMAN:

- 1 bolli AM Canola olía
- 2 bollar hlynsíróp
- 1½ tsk vanillublandað þar til mjúkt:
- 2 bollar AM Óbleikt hvítt hveiti
- ⅜ bolli AM sojamjöl
- ½ bolli kalt vatn
- ½ bolli sojamjólk
- 1½ tsk Rifinn sítrónubörkur
- 1½ tsk sjávarsalt (má sleppa)
- 3 eggjahvítur
- 2 tsk kanill
- 2 tsk lyftiduft sem er ekki ál BLANDAÐU AÐFANNA 2 Blöndunum SAMAN OG BÆTTIÐ VIÐ:
- 1 bolli Soðið AM 7 Kornkorn
- 5 bollar af rúlluðum hafrum að morgni
- ½ bolli rúsínur (má sleppa)
- ½ bolli Saxaðar hnetur

LEIÐBEININGAR:

a) Blandið vel saman og fyllið olíubætt kökuform ¾ fullt. Bakið 350 F. þar til ljós gullbrúnt. Þetta er ekki mjög sæt kaka. Má bera fram með eplasmjöri, hunangi o.fl.

70. Amish haframjölskaka

Gerir: 12 skammta

HRÁEFNI ::

- 1 bolli Ósoðið 1 mín fljótlegt haframjöl
- 1½ bolli sjóðandi vatn
- 1½ bolli hveiti
- ½ tsk matarsódi
- ½ tsk kanill
- ½ tsk Múskat
- ½ tsk Salt
- ½ bolli smjör; mýkt
- 1 tsk vanilluþykkni
- 1 bolli Púðursykur
- 1 bolli Kornsykur
- 2 egg

LEIÐBEININGAR:

a) Setjið hafrana í litla skál og hellið sjóðandi vatni yfir þá. Látið standa í 20 mínútur. Hitið ofninn í 350 F. Sigtið saman hveiti, matarsóda, kanil, múskat og salt á vaxpappír. Setja til hliðar. Í stórri blöndunarskál, þeytið smjörið þar til það er rjómakennt. Bætið vanillu út í og bætið sykrinum smám saman út í, þeytið þar til það verður ljóst. Þeytið eggin út í blönduna eitt í einu. Bætið haframjölsblöndunni út í og blandið saman. Bætið hveitiblöndunni saman við og blandið aftur. Hellið deiginu í olíuborið 13 x 8 tommu pönnu. Bakið í 35 mínútur, eða þar til toppurinn á kökunni springur aftur þegar hún er snert með fingurgómunum.

71. Kakó hafrakaka

Gerir: 1 skammtur

HRÁEFNI ::

- 1¼ bolli sjóðandi vatn
- 1½ bolli Hraðeldaðir hafrar
- 1½ bolli Alhliða eða óbleikt hveiti
- 2 matskeiðar kakó
- 1 tsk matarsódi
- 1 tsk lyftiduft
- 1 tsk kanill
- 1 dash salt
- ½ bolli smjörlíki eða smjör; mýkt
- 1 bolli þétt pakkaður púðursykur
- ½ bolli Sykur
- 2 egg
- ½ bolli rúsínur
- 2 matskeiðar smjörlíki eða smjör; mýkt
- ¾ bolli þétt pakkaður púðursykur
- 2 matskeiðar Mjólk
- 1 bolli stökkt hrísgrjónakorn

KAKKA

TOPPING

LEIÐBEININGAR:

a) Hitið ofninn í 350F. Smyrjið og hveiti 13 x 9 tommu pönnu. Í miðlungs skál, sameina sjóðandi vatn og valsað hafrar; látið standa í 20 mínútur. Létt skeið hveiti í mæliglas; jafna út. Blandið saman hveiti, kakói, matarsóda, lyftidufti, kanil og salti í meðalstórri skál. Blandið smjörlíki, púðursykri, sykri og eggjum saman í stóra skál; þeytið þar til rjómakennt. Bætið við hafrablöndu og hveitiblöndu; blandið vel saman. Hrærið rúsínum saman við. Dreifið í tilbúna pönnu. Bakið við 350° í 30 til 35 mínútur eða þar til tannstöngull sem stungið er í miðjuna kemur hreinn út.

b) Í lítilli skál, blandaðu saman **ÁLEGGI HRÁFÆLI :** ; blanda vel saman. Skeið jafnt yfir heita köku. Steikið 6 til 8 tommur frá hita í 1 til 2 mínútur eða þar til áleggið er freyðandi. Taktu úr ofninum; ef nauðsyn krefur, dreifið áleggi yfir kökuna. Kælið alveg.

72. Kókos pecan haframjölskaka

Gerir: 12 skammta

HRÁEFNI ::

- 1⅓ bolli hveiti
- 1 tsk matarsódi
- ½ tsk lyftiduft
- 1 tsk Salt
- ½ tsk malaður kanill
- 1 bolli Valshafrar
- 8 matskeiðar ósaltað smjör -- við herbergið
- 6 matskeiðar ósaltað smjör -- við stofuhita
- 1 bolli Púðursykur
- ¼ bolli Mjólkurhiti
- 1 bolli Sykur
- 3 matskeiðar Sykur
- 2 tsk vanilluþykkni
- 2 stór egg -- við stofuhita.
- 1⅓ bolli sjóðandi vatn
- 1 tsk vanilluþykkni
- ½ bolli pekanhnetur - saxaðar
- ½ bolli Kókos - rifið niður

KAKKA

TOPPING

LEIÐBEININGAR:

a) Hitið ofninn í 350. Smyrjið 11 x 7 bökunarform létt með smjöri eða olíu. Sigtið hveiti, matarsóda, lyftiduft, salt og kanil saman í litla skál fyrir kökuna. Setjið hafrana í meðalstóra skál. Hrærið smjörið, sykurinn og vanilluna saman í annarri meðalstærri hrærivélarskál með rafmagnshrærivél á meðalhraða þar til létt og loftkennt, um það bil 2 mínútur. Stöðvaðu hrærivélina tvisvar til að skafa skálina með gúmmíspaða. Bætið eggjunum einu í einu út í smjörblönduna og hrærið á meðalhraða eftir hverja viðbót þar til það er blandað saman, 10 sekúndur. Skafið skálina í hvert skipti. Hellið sjóðandi vatninu yfir haframjölið og hrærið nokkrum sinnum með tréskeið. Bætið haframjölinu við eggjablönduna og blandið á miðlungshraða þar til það er blandað, um 6 til 7 sekúndur. Blandið þurrefnunum að hluta saman við með handafli með spaðanum með nokkrum breiðum strokum.

b) Blandið síðan saman á meðalhraða þar til allt hráefnið hefur blandast saman , um það bil 10 sekúndur. Skafið skálina. Hellið deiginu í tilbúna pönnuna. Bakið kökuna á grind í miðju ofninum þar til toppurinn er gullinn og snertir aftur, 25 til 30 mínútur. Takið kökuna úr ofninum og leyfið henni að kólna í 15 mínútur. Á meðan undirbúið áleggið. Setjið allt hráefnið í meðalstóra blöndunarskál og hrærið kröftuglega með þeytara þar til þau blandast saman. Forhitið grillið. Dreifið álegginu yfir kökuna með spaða og setjið kökuna síðan á kökuform. Settu kökuna á miðri grind. Með ofninum eða grillhurðinni opinni, steikið, snúið pönnunni nokkrum sinnum, þar til áleggið bólar í djúpan gullna lit, 5 til 6 mínútur.

73. Lazy daisy hafrakaka

Gerir: 1 9\" köku

HRÁEFNI ::

- 1¼ bolli sjóðandi vatn
- 1 bolli Quaker hafrar, ósoðnir (fljótir eða gamaldags)
- ½ bolli smjör eða smjörlíki; mjúkur
- 1 bolli Kornsykur
- 1 bolli Púðursykur, þétt pakkaður
- 1 tsk Vanilla
- 2 egg
- 1½ bolli Sigtað alhliða hveiti
- 1 tsk gos
- ½ tsk Salt
- ¾ tsk kanill
- ¼ tsk Múskat
- ¼ bolli smjör eða smjörlíki; bráðnað
- ½ bolli Púðursykur, þétt pakkaður
- 3 matskeiðar Hálfur og hálfur eða léttur rjómi
- ½ bolli Hakkað hnetukjöt
- ¾ bolli Flöguð eða rifin kókos

LEIÐBEININGAR:

KAKKA

LATIN DAISY FROSTING

a) Fyrir köku, hella sjóðandi vatni yfir hafrar; hrærið til að blanda saman. Lokið og látið standa í 20 mínútur. Þeytið smjör þar til rjómakennt; Bætið sykrinum smám saman út í, þeytið þar til það verður loftkennt. Blandið vanillu og eggjum saman við. Bæta við hafrablöndu; blanda vel saman. Sigtið saman hveiti, gos, salt og krydd. Bætið við rjómablönduna; blanda vel saman.
b) Hellið deiginu í vel smurt og hveitistráða 9 tommu fermetra bökunarform.
c) Bakið í forhituðum miðlungsofni (350 F.) 50 til 55 mínútur. Ekki fjarlægja kökuna af forminu.

d) Fyrir frosting skaltu sameina öll innihaldsefni. Dreifið jafnt yfir kökuna. Steikið þar til frostið verður freyðandi. Berið fram heitt eða kalt.
e) KAKÓ HARFRAKAKA: Aukið sjóðandi vatn í 1-⅓ bolla í uppskriftinni hér að ofan. Notaðu 3 matskeiðar kakó í staðinn fyrir kanil og múskat.
f) Undirbúið og bakið eins og að ofan.

74. Hafra kókos kaka

Gerir: 8 skammta

HRÁEFNI ::

- 1¼ bolli sjóðandi vatn
- 1 bolli ósoðið haframjöl
- ½ bolli smjör eða smjörlíki
- 1 bolli Sykur
- 1 bolli Púðursykur, þétt pakkaður
- 1 tsk Vanilla
- 2 egg
- 1½ bolli hveiti
- 1 tsk matarsódi
- ½ tsk Salt
- ¾ tsk kanill
- ¼ tsk Múskat
- ¼ bolli bráðið smjör eða smjörlíki
- ½ bolli Púðursykur, þétt pakkaður
- 3 matskeiðar Hálfur og hálfur eða léttur rjómi
- ½ bolli Saxaðar hnetur
- ¾ bolli Flöguð kókos

LEIÐBEININGAR:

KAKKA

TOPPING

a) Fyrir köku: Hellið sjóðandi vatni yfir hafrar hrærið til að sameinast, lokið og látið standa í 20 mínútur. Þeytið smjör þar til það er rjómakennt, bætið sykrinum smám saman við þar til það verður loftkennt. Blandið vanillu og eggjum út í, bætið við hafrablönduna og blandið vel saman. Sigtið saman hveiti, gos, salt og krydd í sérskál og bætið við rjómablönduna, blandið vel saman. Hellið deiginu í vel smurt og hveitistráða 9"x13" bökunarform. Bakið við 350 gráður í 50 til 55 mínútur.

b) Fyrir álegg: Blandið öllu hráefninu sem dreift er jafnt yfir kökuna og steikið þar til frostið verður freyðandi.

75. Hafrakryddterta

Gerir: 6 skammta

HRÁEFNI ::

- 2½ bolli Heitt vatn
- 3½ stangir smjör
- 2 bollar Quaker hafrar
- 2 bollar sykur
- 3½ bolli púðursykur
- 4 egg
- ½ tsk Salt
- 2 tsk matarsódi
- 2 tsk kanill
- 3 bollar hveiti
- 1½ bolli Pekanhnetur
- 2 bollar Kókos
- ½ bolli Mjólk
- 1 bolli rúsínur

LEIÐBEININGAR:

a) Hitið ofninn í 350°C Hrærið saman: Vatn, hafrar og 2 smjörbitar og látið standa í 20 mín. Bætið 2 bollum af hvítum og púðursykri, 4 eggjum, og blandið salti, kanil og 3 bollum af hveiti saman við. Blandið vel saman.

b) Blandið saman bolla eða svo af rúsínum og hellið í 9 X 13 pönnu og bakið í 55 mín. Kælið áður en smurt er á frosting.

c) FROSTING: Í 2½ lítra pönnu, blandaðu saman 1 ½ bolla af púðursykri, 1 ½ stangir af smjöri, kókoshnetu, 1 ½ bolli af pekanhnetum og ½ bolla af mjólk og hitaðu þar til það hefur blandast vel saman.

d) Eftir að kökunni hefur verið frostað er hún sett undir grillið í 2 til 5 mínútur. að rista kókoshnetuna.

76. Haframjöl eplamaka

Gerir: 10 skammta

HRÁEFNI ::

- 2 bollar hveiti, sigtað
- 1 bolli haframjöl
- 2 tsk matarsódi
- ¼ tsk Salt
- 2 tsk kanill
- 1 tsk negull, malaður
- 2 bollar hnetur; hakkað
- ¼ tsk Múskat, malaður
- 2 bollar rúsínur; hakkað
- 1 bolli döðlur; hakkað
- ½ bolli stytting
- ¾ bolli Sykur, brúnn
- 2 egg; vel sleginn
- 2 bollar eplamósa, þykk

LEIÐBEININGAR:

a) Blandið saman hveiti, haframjöli, gosi, salti og kryddi; blanda um hálfan bolla saman við hneturnar og ávextina.

b) Kremið styttinguna þar til hún er mjúk og slétt; Bætið sykrinum smám saman út í, rjóma þar til það verður loftkennt, þeytið síðan eggjunum út í.

c) Bætið hveitiblöndunni saman við til skiptis og eplamaukinu, þeytið vel eftir hverja viðbót; þeytið ávaxta-hnetublönduna út í.

d) Snúðu í smurðar brauðformar og bakaðu í hóflega hægum ofni (325 F.) um 1 klukkustund.

77. Bláberjarabarbaraterta

Gerir: 7 skammta

HRÁEFNI :: _

BÆTUFYLLING:

- 4 bollar saxaður, ferskur rabarbari
- 2 bollar fersk bláber
- 2 matskeiðar bráðið smjör
- 1-⅓ bolli hvítur sykur
- ⅔ bolli fjögur

KRUMLA TOPPI:

- ½ bolli (1 stafur) bráðið smjör
- 1 bolli hveiti
- 1 bolli hafrar
- 1 bolli pressaður púðursykur
- 1 tsk kanill

LEIÐBEININGAR:

BÆTUFYLLING:

a) Spreyið botninn á 9 tommu djúpu bökuformi með spreyi.

b) Klæddu pönnuna með bökubotni . Ef þú býrð til crumble topp, flettu brúnirnar á skorpunni áður en þú fyllir.

c) Dreifið ¼ bolla af hveiti jafnt á botn bökubotnsins áður en bökufyllingin er bætt við.

d) Sameina alla tertufyllinguna **HRAÐAEFNI :** , og þrýstið í bökubotninn.

KRUMLA TOPPI:

e) Blandið öllu hráefninu saman þar til það er blandað vel og mylsnandi.

BAKA:

f) Bætið crumble toppi við bökufyllinguna, dreifið jafnt yfir. Ef þú notar bökubotn , leggðu yfir alla bökufyllinguna og þrýstu brúnum efstu bökubotnsins að neðstu bökuna, þrýstu brúnirnar. Gerðu rifa í efstu skorpuna til að leyfa bökunni að gufa. Spreyið efstu skorpuna með pönnuspreyi og stráið vel yfir 5 msk af sykri í hráefninu.

g) Hyljið með álpappír og bakið við 350 gráður í 1 klukkustund (minna ef notaður er heitur ofn)

h) Leyfið bökunni að kólna alveg áður en hún er borin fram.

78. Eplabaka

Gerir: 7 skammta

HRÁEFNI :: _

BÆTUFYLLING:

- 8 Granny Smith epli, afhýdd og skorin í sneiðar (7 epli ef eplin eru mjög stór)
- 2 matskeiðar bráðið smjör
- ⅔ bolli hveiti
- 1 bolli hvítur sykur
- 1 tsk kanill

KRUMLA TOPPI:

- ½ bolli (1 stafur) bráðið smjör
- 1 bolli hveiti
- 1 bolli hafrar
- 1 bolli pressaður púðursykur
- 1 tsk kanill

LEIÐBEININGAR:

BÆTUFYLLING:

a) Spreyið botninn á 9 tommu djúpu bökuformi með spreyi.
b) Klæddu pönnuna með bökubotni . Ef þú býrð til crumble topp, flettu brúnirnar á skorpunni áður en þú fyllir.
c) Dreifið ¼ bolla af hveiti jafnt á botn bökubotnsins áður en bökufyllingin er bætt við.
d) Sameina alla tertufyllinguna **HRAÐAEFNI :** , og þrýstið í bökubotninn. Bakan verður frekar stór.

KRUMLA TOPPI:

e) Blandið öllu hráefninu saman þar til það er blandað vel og mylsnandi.

BAKA:

f) Bætið crumble toppi við bökufyllinguna, dreifið jafnt yfir. Ef þú notar bökubotn , leggðu yfir alla bökufyllinguna og þrýstu brúnum efstu bökubotnsins að neðstu bökuna, þrýstu brúnirnar.
g) Gerðu rifa í efstu skorpuna til að leyfa bökunni að gufa. Spreyið efstu skorpuna með pönnuspreyi og stráið vel yfir 5 msk af sykri í hráefninu.
h) Hyljið með álpappír og bakið við 350 gráður í 1 klukkustund (minna ef notaður er heitur ofn)

a) Leyfið bökunni að kólna alveg áður en hún er borin fram.

79. Ferskjumola baka

Gerir 8 skammta

HRÁEFNI :: _

- 11⁄4 bolli alhliða hveiti
- 1⁄4 tsk salt
- 1⁄2 tsk sykur
- 1⁄2 bolli vegan smjörlíki, skorið í litla bita
- 2 matskeiðar kalt vatn, auk meira ef þarf
- þroskaðar ferskjur, afhýddar, grýttar og skornar í sneiðar
- 1 tsk vegan smjörlíki
- 2 matskeiðar sykur
- 1⁄2 tsk malaður kanill

Álegg

- ¾ bolli gamaldags hafrar
- 1⁄3 bolli vegan smjörlíki, mjúkt
- 2 matskeiðar sykur
- 1 tsk malaður kanill
- 1⁄4 tsk salt

LEIÐBEININGAR:

a) Búið til skorpuna: Blandið saman hveiti, salti og sykri í stórri skál. Notaðu sætabrauðsblöndunartæki eða gaffal til að skera smjörlíkið í þar til blandan líkist grófum mola. Bætið vatninu út í smá í einu og blandið þar til deigið fer að haldast saman.

b) Fletjið deigið út í disk og pakkið inn í plastfilmu. Kælið í 30 mínútur á meðan þið útbúið fyllinguna.

c) Forhitið ofninn í 425°F. Fletjið deigið út á létt hveitistráðu vinnuborði í um það bil 10 tommur í þvermál. Settu deigið í 9 tommu bökuplötu og klipptu og klipptu brúnirnar. Raðið ferskjusneiðunum í skorpuna. Setjið smjörlíkið yfir og stráið sykri og kanil yfir. Setja til hliðar.

d) Gerðu áleggið: Blandaðu saman höfrum, smjörlíki, sykri, kanil og salti í meðalstórri skál. Blandið vel saman og stráið ofan á ávextina.

e) Bakið þar til ávextirnir eru freyðandi og skorpan er gullinbrún, um 40 mínútur. Takið úr ofninum og kælið aðeins, 15 til 20 mínútur. Berið fram heitt.

80. Engin baka fersk ávaxtaterta

Gerir 8 skammta

HRÁEFNI :: _

- 11⁄2 bolli vegan hafrakökumola
- 1⁄4 bolli vegan smjörlíki
- 1 pund þétt tofu, vel tæmt og pressað (sjá Tofu)
- ¾ bolli sykur
- 1 tsk hreint vanilluþykkni
- 1 þroskuð ferskja, hýdd og skorin í 1⁄4 tommu sneiðar
- 2 þroskaðar plómur, holhreinsaðar og skornar í 1⁄4 tommu sneiðar
- 1⁄4 bolli ferskjukonur
- 1 tsk ferskur sítrónusafi

LEIÐBEININGAR:

a) Smyrjið 9 tommu bökuplötu og setjið til hliðar. Blandið myljunni og bræddu smjörlíki saman í matvinnsluvél og vinnið þar til molarnir eru vættir . Þrýstið mylsnunni í tilbúna bökuplötuna. Geymið í kæli þar til þarf.

b) Blandið saman tofu, sykri og vanillu í matvinnsluvélinni og vinnið þar til það er slétt. Dreifið tófúblöndunni í kældu skorpuna og kælið í 1 klukkustund.

c) Raðið ávöxtunum skrautlega ofan á tófúblönduna. Setja til hliðar.

d) Í lítilli hitaþolinni skál, blandið saman soðinu og sítrónusafanum og örbylgjuofnið þar til bráðið, um það bil 5 sekúndur. Hrærið og dreypið yfir ávextina. Kælið bökuna í að minnsta kosti 1 klukkustund áður en hún er borin fram til að kæla fyllinguna og setja gljáann.

81. Rabarbarabaka

Gerir: 7 skammta

HRÁEFNI :: _

BÆTUFYLLING:

- 8 Granny Smith epli, afhýdd og skorin í sneiðar (7 epli ef eplin eru mjög stór)
- 2 matskeiðar bráðið smjör
- ⅔ bolli hveiti
- 1 bolli hvítur sykur
- 1 tsk kanill

KRUMLA TOPPI:

- ½ bolli (1 stafur) bráðið smjör
- 1 bolli hveiti
- 1 bolli hafrar
- 1 bolli pressaður púðursykur
- 1 tsk kanill

LEIÐBEININGAR:

BÆTUFYLLING:

a) Spreyið botninn á 9 tommu djúpu bökuformi með spreyi.
b) Klæddu pönnuna með bökubotni . Ef þú býrð til crumble topp, flettu brúnirnar á skorpunni áður en þú fyllir.
c) Dreifið ¼ bolla af hveiti jafnt á botn bökubotnsins áður en bökufyllingin er bætt við.
d) Sameina alla tertufyllinguna **HRAÐAEFNI :** , og þrýstið í bökubotninn. Bakan verður frekar stór.

KRUMLA TOPPI:

e) Blandið öllu hráefninu saman þar til það er blandað vel og mylsnandi.

BAKA:

f) Bætið crumble toppi við bökufyllinguna, dreifið jafnt yfir. Ef þú notar bökubotn , leggðu yfir alla bökufyllinguna og þrýstu brúnum efstu bökubotnsins að neðstu bökuna, þrýstu brúnirnar.
g) Gerðu rifa í efstu skorpuna til að leyfa bökunni að gufa. Spreyið efstu skorpuna með pönnuspreyi og stráið vel yfir 5 msk af sykri í hráefninu.
h) Hyljið með álpappír og bakið við 350 gráður í 1 klukkustund (minna ef notaður er heitur ofn)
i) Leyfið bökunni að kólna alveg áður en hún er borin fram.

82. Tropical Coconut Pudding

Gerir: 2 skammta

HRÁEFNI :: _

- ¾ bolli gamaldags glútenlausir hafrar
- ½ bolli ósykrað rifin kókos
- 2 bollar af vatni
- 1¼ bollar kókosmjólk
- ½ tsk malaður kanill
- 1 banani, skorinn í sneiðar

LEIÐBEININGAR:

a) Notaðu skál og blandaðu saman höfrum, kókos og vatni. Lokið og kælið yfir nótt.
b) Færið blönduna yfir í lítinn pott.
c) Bætið mjólkinni og kanil út í og látið malla í um 12 mínútur við meðalhita.
d) Takið af hellunni og látið standa í 5 mínútur.
e) Skiptið á milli 2 skálar og toppið með bananasneiðunum.

83. Haframjöl kanilís

Gerir um 1 lítra

HRÁEFNI :: _

- Blank ísgrunnur
- 1 bolli hafrar
- 1 matskeið malaður kanill

LEIÐBEININGAR:

a) Undirbúið auða botninn samkvæmt leiðbeiningum.

b) Blandið höfrum og kanil saman í lítilli pönnu yfir meðalhita. Ristið, hrærið reglulega í, í 10 mínútur, eða þar til það er brúnt og arómatískt.

c) Til að fylla á, bætið ristuðum kanil og höfrum við botninn þegar þeir losna af hellunni og leyfið að malla í um það bil 30 mínútur. Notaðu netsíu sett yfir skál; Sigtið fast efnin, þrýstið í gegn til að tryggja að þú fáir eins mikið af bragðbættum rjóma og mögulegt er. Svolítið af haframjöli gæti komið í gegn, en það er allt í lagi - það er ljúffengt! Geymið haframjölsföstu efnin fyrir haframjöluppskriftina!

d) Þú munt missa blöndu til frásogs, þannig að gerðir á þessum ís verða aðeins færri en venjulega.

e) Geymið blönduna í kæli yfir nótt. Þegar þú ert tilbúinn að búa til ísinn, blandaðu honum aftur með blöndunartæki þar til það er slétt og rjómakennt.

f) Hellið í ísvél og frystið samkvæmt leiðbeiningum framleiðanda. Geymið í loftþéttu íláti og frystið yfir nótt.

84. Banana haframjöl pönnukökur

Skammtar: 6

HRÁEFNI ::

- 1 þroskaður banani
- 1 bolli glútenlausir rúllaðir hafrar
- 1 tsk lyftiduft
- 1/2 bolli möndlumjólk
- 1 tsk vanillu
- 2 matskeiðar hlynsíróp
- 1/4 tsk salt
- Grænmetissoð, til eldunar
- hlynsíróp

LEIÐBEININGAR:

a) Blandið saman banananum, höfrum, lyftidufti, möndlumjólk, vanillu, hlynsírópi og salti í blandara. Blandið þessum **INNIHALDSEFNUM:** í að minnsta kosti 30 sekúndur þar til blandan er alveg slétt.

b) Hitið stóra pönnu eða pönnu með pensli af grænmetiskrafti yfir meðalhita.

c) Eldið þar til brúnir deigsins eru gullinbrúnir, um 2-3 mínútur.

d) Eftir að pönnukökunni hefur verið snúið við, eldið í 2-3 mínútur í viðbót. Endurtaktu þar til allt deigið hefur storknað.

e) Dreifið því með hlynsírópi eða ávöxtum að eigin vali.

85. Epla-haframjöl vöfflur

Gerir: 12 skammta

HRÁEFNI ::

- 1 bolli Venjulegur hafrar
- 1⅔ bolli hveiti
- 2½ tsk lyftiduft
- 1 tsk Malaður kanill
- ½ tsk salt (má sleppa)
- 1 bolli fitulaus mjólk
- ¼ bolli hlynsíróp
- ¼ bolli appelsínusafi
- >eða eplasafa
- 1 stórt egg
- 3 stórar eggjahvítur
- ¾ bolli Syrt epli - saxið smátt
- ½ bolli rúsínur
- Smjör eða smjörlíki
- hlynsíróp

LEIÐBEININGAR:

a) Dreifðu höfrum á bökunarplötu; Ristað í 350 ofni, hrært af og til, þar til gullið (12-15 mínútur). Blandið höfrum, hveiti, lyftidufti, kanil og salti ef þess er óskað í stórri skál. Í meðalstórri skál, þeytið mjólk, síróp, safa, egg og eggjahvítur þar til það er blandað saman. Hrærið eplum og rúsínum saman við. Bætið eggjablöndunni við hveitiblönduna; hrærið þar til það er jafnt vætt. 2. Forhitið vöfflujárn eftir leiðbeiningum framleiðanda. Smurjárn; fylltu þrjá fjórðu af deigi. Bakið þar til það er gullið og stökkt (6-8 mínútur). Færið yfir á disk og haldið heitum í 200 gráðu heitum ofni á meðan þið búið til vöfflur sem eftir eru.

b) Boðið upp á með smjöri og sírópi. Gerir um tólf 4 tommu ferninga vöfflur.

86. Apríkósu haframjöl linzer bars

Gerir: 48 skammta

HRÁEFNI ::

- 2 bollar Quaker hafrar (fljótir eða gamaldags); ósoðið)
- 2 bollar malaðar möndlur eða pekanhnetur; skipt
- 1 bolli alhliða hveiti
- ½ tsk salt; (valfrjálst)
- 1½ bollar; (3 prik) smjör, mildað
- 1½ bolli Plús 1 matskeið flórsykur; skipt
- 4 eggjarauður eða 2 egg; létt barinn
- 2 tsk Vanilla
- ½ tsk möndluþykkni
- 1 krukku; (18-oz) apríkósukonur
- 1 bolli Fínt saxaðar þurrkaðar apríkósur
- 2 msk líkjör með appelsínubragði; (valfrjálst)
- 1. Hitið ofninn í 350øF. Smyrðu létt 13 x 9 tommu bökunarform.

LEIÐBEININGAR:

a) 2. Í meðalstórri skál, sameina höfrum, 1-½ bollar malaðar möndlur, hveiti og salt; blandið vel saman. Setja til hliðar. Í stórri skál, þeytið smjör og 1-½ bolla flórsykur þar til rjómakennt. Bætið við eggjarauðu, vanillu og möndluþykkni; slá vel.

b) Hrærið í hafrablöndu; blandið vel saman. Geymdu 1-⅓ bolla; sett í litla skál og sett til hliðar. Dreifið afganginum af hafrablöndunni á tilbúna pönnu.

c) 3.Bakið 13 til 15 mínútur eða þar til ljósgulbrúnt. Kældu í 10 mínútur á grind.

d) 4. Í lítilli skál, sameina varðveitir, apríkósur og líkjör; blandið vel saman. Dreifið jafnt yfir hluta bakaða skorpu. Bætið afganginum af ½ bolli malaðar möndlum við frátekna hafrablöndu; blandið vel saman. Setjið ¼ teskeiðar jafnt yfir apríkósublönduna.

e) 5.Bakið 30 til 35 mínútur eða þar til ljósgulbrúnt. Kælið alveg á pönnu á vírgrind. Stráið jafnt yfir 1 msk flórsykur sem eftir er.

f) Skerið í stangir. Geymið vel lokað.

87. Svart valhnetu hafrabaka

Gerir: 1 skammt

HRÁEFNI ::

- 3 egg, létt þeytt
- 1 bolli Púðursykur, pakkaður
- ½ bolli Dökkt maíssíróp
- ½ bolli gufuð mjólk
- ½ bolli Hraðeldaðir hafrar
- ½ bolli Grófsaxaðar svartar valhnetur
- ¼ bolli (4 msk.) smjör, brætt
- 1 tsk Vanilla
- Salt
- Óbakað sætabrauð fyrir böku með einni skorpu

Hér er önnur Amish uppskrift fyrir alla masókista sem hafa gaman af því að skelja svartar valhnetur.

LEIÐBEININGAR:

a) Blandið saman eggjum, sykri, sírópi, mjólk, höfrum, hnetum, smjöri, vanillu og ⅛ teskeið salti í stóra blöndunarskál og blandið vel saman.

b) Klæddu 9 tommu bökuplötuna með sætabrauði, snyrtu og flautukanti. Setjið plötuna á ofngrind og hellið fyllingunni í. Verndaðu brún bökunnar með filmu til að koma í veg fyrir ofbrúnun. Bakið við 350F í 25 mínútur. Fjarlægðu filmu.

c) Bakið í um það bil 25 mínútur í viðbót eða þar til toppurinn er djúpt gullinbrúnn og örlítið þykkur. Fyllingin með að vera örlítið mjúk en stinnast þegar hún kólnar.

d) Kælið alveg.

88. Butterscotch hafrakökur

Gerir: 44 smákökur

HRÁEFNI ::

- ¾ bolli stytting
- 2 tsk Sykur
- 1 egg
- 1 tsk Vanilla
- 1 pakki Butterscotch pudding blanda (4 skammtar)
- 1½ bolli Hafrar
- 1 bolli hveiti
- ½ tsk Salt
- ½ tsk lyftiduft
- 1½ tsk vínsteinskrem

LEIÐBEININGAR:

a) Forhitið ofninn í 350 gráður F. Smyrjið kökublöð. Rjómasytting, sykur, egg og vanilla. Blandið saman þurru búðingblöndunni, höfrum, hveiti, salti, matarsóda og vínsteinsrjóma. Hrærið dr **HRÁEFNI:** í rjómaða blöndu. Rúllaðu blöndunni í kúlur um það bil 1½ í þvermál.

b) Setjið á kökupappír og fletjið aðeins út.

c) Bakið um 10 mínútur.

89. Glæsilegur hafrakrem

Gerir: 6 skammta

HRÁEFNI ::

- 8 eggjarauður
- 1 bolli Sykur
- ½ tsk kanill
- 1 lítri mjólk; brenndur
- 1 tsk Vanilla
- 1 lítri haframjöl; eldað og kælt
- 2 bollar ber (til skrauts)

LEIÐBEININGAR:

a) Þeytið saman eggjarauður, sykur og kanil. Hrærið mjólk og vanillu saman við. Brjótið haframjöl saman við. Hellið 16oz af blöndunni í 2 bolla smurðar ramekins og bakið við 350 gráður, í vatnsbaði, í 55-60 mínútur. Berið fram heitt eða kælt, toppið með berjum.

90. O atmeal hrökk

Gerir: 60 skammta

HRÁEFNI ::

- 1½ bolli alhliða hveiti
- 1 tsk Salt
- 1 tsk matarsódi
- 1 bolli Grænmetisstytting; solid
- 1 bolli ljós púðursykur; pakkað
- ½ bolli Kornsykur
- 1 tsk vanilluþykkni
- 2 egg
- 2 bollar valsaðar hafrar; gamaldags
- 2 bollar rúsínur; valfrjálst

LEIÐBEININGAR:

a) Blandið saman hveiti, salti og matarsóda. Forhitið ofninn í 350 gráður F. Þeytið matjurtir, sykur og vanillu í stórri skál þar til hún er kremkennd. Þeytið eggin út í þar til þau eru létt og ljós. Þeytið hveitiblönduna og höfrunga smám saman út í. Hrærið rúsínum út í, ef þær eru notaðar. Setjið vel ávalar teskeiðar á smurðar bökunarplötur. Bakið í 8 til 10 mínútur eða þar til gullið. Kældu smákökur á blöðum á vírgrind í 2 mínútur og færðu síðan kökur yfir á vírgrind til að kólna.

91. Hunangs haframjöl chewies

Gerir: 72 smákökur

HRÁEFNI ::

- 1¼ bolli smjörbragð Crisco
- 1 bolli sykur, kornaður
- ¼ bolli hunang
- 1 egg
- ¼ bolli Mjólk
- 1 tsk Vanilla
- 2½ bolli hveiti til allra nota
- 1 tsk matarsódi
- ½ tsk Salt
- 1 bolli Hafrar, fljóteldun EKKI skyndileg eða gamaldags
- 1 bolli Kókoshneta, flöguð
- 1 bolli rúsínur
- ½ bolli Valhnetubitar
- ½ bolli Hveitikím (val)

LEIÐBEININGAR:

Tími: 25 mínútur Bökunartími: 11 til 14 mínútur

a) Hitið ofninn í 350 F.
b) Rjómasmjörbragð Crisco, kornsykur, púðursykur, hunang, egg, mjólk og vanillu í stórri skál á meðalhraða rafmagnshrærivélarinnar þar til það hefur blandast vel saman.
c) Blandið saman hveiti, matarsóda og salti. Blandið saman við rjómablönduna.
d) Hrærið höfrum, kókos, rúsínum, valhnetum og hveitikími saman við. Slepptu ávölum teskeiðum af deigi á ósmurða bökunarplötu.
e) Bakið við 350° í 11 til 12 mínútur fyrir mjúkar smákökur, 13 til 14 mínútur fyrir stökkar smákökur. Fjarlægðu á kæligrind.

92. Jumbo ávextir hafrakökur

Gerir: 18 skammta

HRÁEFNI ::

- ¾ bolli smjör; mýkt
- 3 egg
- ¾ bolli Safi, epli, samþ.
- 1½ tsk Vanilla
- 1½ bolli hveiti
- 1½ bolli Hafrar
- ½ tsk matarsódi
- ½ tsk Salt
- ½ tsk kanill, malaður
- ½ tsk Allspice, malað
- 6 aura ávextir, þurrkaðir blandaðir
- ½ bolli Hnetur, saxaðar
- Saxið ávexti.

LEIÐBEININGAR:

a) Hitið ofninn í 350. Þeytið smjör í stórri skál þar til það er rjómakennt. Blandið eggjum, eplasafaþykkni og vanillu saman við. Bætið við hveiti, höfrum, matarsóda, salti, kanil og kryddjurtum; blandið vel saman. Hrærið þurrkuðum ávöxtum og hnetum saman við. Slepptu örfáum ¼ bollum af deigi, með 3 tommu millibili, á léttsmurðar kökuplötur; fletjið örlítið út. Bakið í 12-14 mínútur, þar til brúnirnar eru léttbrúnar .

b) Kældu í 1 mínútu á kökuplötum og færðu síðan yfir á vírgrind til að kólna alveg. Geymið í vel lokuðu íláti.

93. Óbakað haframjölsbar

Gerir: 1 skammt

HRÁEFNI ::

- ½ bolli smjör
- ½ bolli Púðursykur
- ½ bolli appelsínusafi
- 3 matskeiðar Hveitikím
- 2 bollar Valshafrar
- 1 bolli Flake kókos
- ½ bolli Saxaðar hnetur
- ¼ bolli sesamfræ

LEIÐBEININGAR:

a) Bræðið smjörið í meðalstórum sósupotti . Bætið púðursykrinum og appelsínusafanum út í og hrærið þar til sykurinn er uppleystur . Takið af hellunni og bætið hveitikími, höfrum, kókos, hnetum og sesamfræjum út í og blandið vel saman. Dreifið blöndunni í 9" fermetra gler ofnform og geymið í kæli þar til hún er hörð. Skerið í ferninga og borðið!

94. Haframjöl whoopie pie

Gerir: 1 skammtur

HRÁEFNI ::

- 2 bollar Púðursykur
- ¾ bolli stytting
- 2 egg
- ½ tsk Salt
- 1 tsk kanill
- 1 tsk lyftiduft
- 1 tsk matarsódi
- 3 matskeiðar sjóðandi vatn
- 2½ bolli hveiti
- 2 bollar haframjöl
- 2 eggjahvítur, þeyttar
- 2 tsk Vanilla
- 4 matskeiðar hveiti
- 2 matskeiðar 10X sykur
- 4 matskeiðar Mjólk
- 1½ bolli Crisco solid stytting
- 4 bollar 10X sykur

LEIÐBEININGAR:

a) Rjóma púðursykur og stytting. Bætið eggjum út í og þeytið. Bætið salti, kanil og lyftidufti út í. Leysið matarsóda upp í sjóðandi vatni og bætið við blönduna. Bætið við hveiti og haframjöli. Setjið með skeið á smurða kökuplötu og bakið í 8 til 10 mínútur við 350 gráður. Kælið alveg.

b) Fylltu, notaðu fyllinguna hér að neðan. Gerðu samlokukökur. Þeytið eggjahvítur, bætið við vanillu, 4 msk hveiti, 2 msk 10X sykri og mjólk.

c) Bætið við stytinu og þeytið vel. Bætið við 4 bollum 10X sykri og þeytið aftur.

d) Búðu til samlokur.

95. Haframjöl hawaiian brauð

Gerir: 1 skammtur

HRÁEFNI ::
4 egg
1½ bolli sykur
2½ bolli hveiti
2½ bolli (20 oz.) mulinn ananas,
Tæmd
3 bollar (10 oz.) kókos
2 tsk gos
1½ bolli Hafrar
2 tsk Salt

Blandið saman eggjum, sykri og þeytið þar til létt. Sigtið hveiti, salt og gos; bætið við eggjablönduna og þeytið þar til slétt. Bætið restinni af hráefninu saman við og blandið vel saman. Skeið í smurt og hveitistráð 9x5 brauðform. Bakið við 325 gráður í 1 klst. Fjarlægðu strax af pönnum.

96. Haframjöl og súrkirsuberjagosbrauð

Gerir: 1 brauð

HRÁEFNI ::
2 bollar Heilhveiti
1½ bolli Ósigtað alhliða hveiti
½ bolli Plús 1 T hraðvalsaður hafrar
1 tsk Salt
1 tsk lyftiduft
1 tsk matarsódi
¼ bolli Þurrkuð súr kirsuber eða dökkar frælausar rúsínur
1 msk kúmenfræ (val)
1 8 -oz ílát látlaus fituskert jógúrt
¼ bolli Auk 1 T undanrennu
2 matskeiðar hunang

LEIÐBEININGAR:

a) Hitið ofninn í 375'F. Smyrjið stóra bökunarplötu. Í stórri skál, með gaffli, blandið saman heilhveiti og alhliða hveiti, ½ hnakka, saltinu, lyftiduftinu, matarsódanum, kirsuberjum og kúmenfræjum, ef þess er óskað.
b) Blandaðu saman jógúrt, ¼ C undanrennu og hunanginu í 2 bolla glerglas eða lítilli skál þar til það er vel blandað saman. Bætið jógúrtblöndunni við þurrefnin og blandið létt saman með gaffli þar til blandan loðir saman og myndar mjúkt deig; ekki ofblanda.
c) Snúið deiginu út á létt hveitistráð yfirborð. Hnoðið varlega 8 til 10 sinnum eða um 30 sekúndur.
d) Mótaðu deigið í 8 tommu hringlaga brauð og settu á smurða bökunarplötu. Penslið brauð með afganginum af T undanrennu og stráið afganginum af matskeið af höfrum yfir. Skerið toppinn af brauðinu með hníf í fernt.
e) Bakið brauð í 35 til 40 mínútur eða þar til það er brúnt og brauðið hljómar holótt þegar slegið er ofan á. Kælið alveg á grind áður en það er skorið í sneiðar.

97. Hafrakex smjör

Gerir: 60 skammta

HRÁEFNI ::

- 1½ bolli alhliða hveiti
- 1½ bolli valsaður hafrar (haframjöl)
- ½ tsk Salt
- 1 matskeið Sykur
- 6 matskeiðar (3/4 stafur) smjör, brætt og kælt
- ½ bolli Mjólk

LEIÐBEININGAR:

a) Forhitaðu ofninn í 325° F. "Stökk og hnetukennd, þessar kex gera næringarríkt snarl. Settu fæturna upp eftir erfiðan vinnudag og njóttu nokkurra með glasi af fersku límonaði.

b) Bakið 325 ~ F 20 til 25 mínútur

c) Hrærið saman hveiti, höfrum, salti og sykri í stórri skál eða í matvinnsluvél. Skerið smjörið út í þar til blandan líkist grófu mjöli. Blandið nóg af mjólkinni saman við til að mynda deig sem heldur saman í samloðandi kúlu.

d) Skiptið deiginu í 2 jafna hluta til að rúlla. Á hveitistráðu yfirborði eða sætabrauðsdúk skaltu rúlla eins þunnt og mögulegt er, í um það bil 1/16 tommu þykkt. Notaðu spaða, kökukefli eða hendurnar til að flytja deigið varlega yfir á stóra bökunarplötu.

e) Skerið deigið í 2 tommu ferninga með beittum hníf án þess að skera alla leið í gegnum deigið. Stungið hvern ferning 2 eða 3 sinnum með tönnum úr gaffli.

f) Bakið í 20 til 25 mínútur, snúið við eftir 15 mínútur, þar til það er stökkt. Kælið á grind. Brjótið í einstakar kex þegar þær eru kólnar.

98. Hamborgarabollur með haframjöl

Gerir: 16 skammta

HRÁEFNI ::

- 1 pakki Virkt þurrger
- ¼ bolli Heitt vatn
- ¼ bolli melass
- 4 matskeiðar Mjólkurlaust smjörlíki
- 2 tsk Salt
- ¼ bolli Púðursykur
- 2 bollar haframjöl (ósoðið)
- 1 bolli sjóðandi vatn
- 1 bolli kalt vatn
- 2 bollar Heilhveiti
- 2½ bolli óbleikt hvítt hveiti

LEIÐBEININGAR:

a) Mælið ¼ bolla af volgu vatni og hrærið ger og 1 matskeið af melassanum saman við vatnið. Látið standa þar til það er freyðandi.

b) Á meðan, í stórri skál, blandið saman smjörlíki, afgangnum af melassa, salti, púðursykri, haframjöli og sjóðandi vatninu, hrærið þar til smjörlíkið bráðnar.

c) Bætið köldu vatni og geri við ofanverða blönduna. Þeytið 4 bolla af hveiti út í, 1 bolla í einu.

d) Snúið deiginu út á hveitistráð borð og hnoðið þar til það er slétt, um það bil 5 mínútur, bætið við meira hveiti eftir þörfum til að koma í veg fyrir að það festist.

e) Snúið deiginu við í smurðri skál; lokið og látið lyfta sér á heitum stað þar til tvöfaldast (um 1 klukkustund).

f) Kýlið deigið niður og skiptið í 16 jafna hluta . Mótaðu hvern bita í slétta kúlu. Setjið kúlur með um 2 tommu millibili á smurðar bökunarplötur og fletjið aðeins út. Lokið og látið lyfta sér á heitum stað þar til tvöfaldast (30 eða 40 mínútur.) Bakið í forhituðum 350 gráðu ofni þar til það er léttbrúnað, um 20 mínútur.

99. Haframjöl kanilskonur

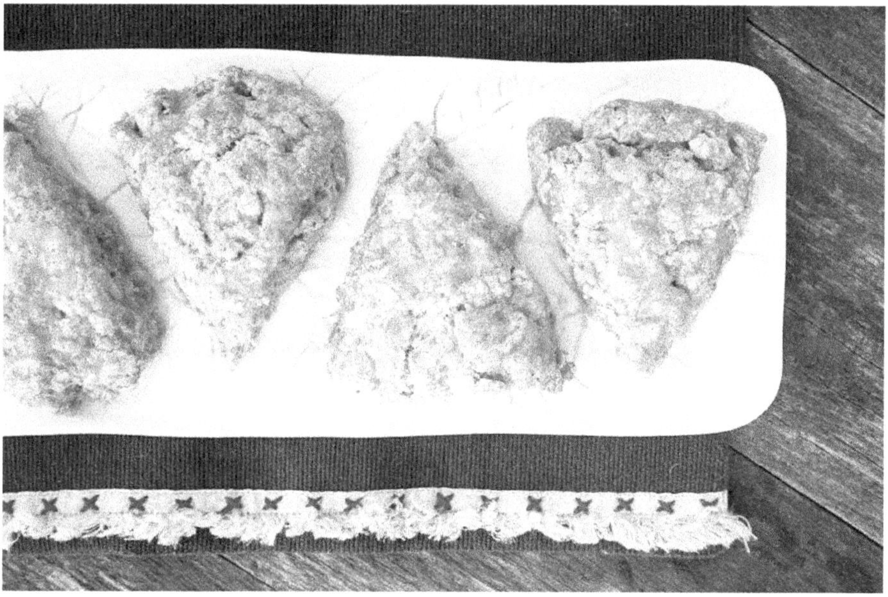

Gerir: 6 skammta

HRÁEFNI ::

- ¼ bolli haframjöl
- 1 tsk Salt
- 1¾ bolli hveiti
- 6 matskeiðar smjör, skorið í 1/2 tommu teninga
- ¼ bolli sykur
- 1 tsk kanill
- ½ bolli súrmjólk EÐA:
- ½ bolli rjómi EÐA:
- ½ bolli Mjólk
- ¼ bolli Púðursykur, pakkaður
- 1 stórt egg, þeytt
- 1½ tsk lyftiduft (dbl virka)
- 2 tsk vanilluþykkni
- 1 tsk matarsódi
- ⅛ teskeið Rifinn appelsínubörkur

LEIÐBEININGAR:

a) Setjið grind í miðju ofnsins og hitið í 375 gráður.

b) Sigtið hveiti, sykur, lyftiduft, matarsóda og salt í stóra skál. Bætið haframjöli út í og blandið saman . Dreifið smjörbitunum yfir hveitiblönduna. Notaðu fingurgómana og nuddaðu smjörsmjörinu fljótt inn í hveitiblönduna þar til blandan líkist grófu mjöli.

c) Í meðalstórri skál skaltu hræra saman súrmjólk, eggi, vanillu og börki.

d) Bætið vökvablöndunni við hveitiblönduna. Hrærið varlega með stórum gúmmíspaða og hrærið varlega þar til deigið er rakt og fer að loðast saman. Meðhöndlið deigið eins lítið og hægt er, hrærið þar til allt hráefnið hefur blandast alveg saman .

e) Notaðu ⅓-c. mælibolla, slepptu deiginu á ósmurða bökunarplötu og skildu eftir að minnsta kosti 1 tommu á milli skonsna. Bakið í 16 til 18 mínútur þar til skonsurnar eru orðnar gullinbrúnar. Kældu skonsurnar á ofnplötu sem er sett á vír grind í 5 mínútur. Notaðu hugarspaða, færðu skonsurnar yfir á vírgrind og kældu alveg.

f) Berið fram heitt eða geymið alveg kældar skonsur í loftþéttu íláti við stofuhita.

100. Haframjöl hnetur crispies

Gerir: 7 tugi

HRÁEFNI ::

- 1 bolli stytting
- 1 bolli Sykur
- 1 bolli Sykur, brúnn; þétt pakkað
- 2 egg; örlítið barinn
- 1 tsk sítrónuþykkni
- 1½ bolli hveiti, til allra nota
- 1 tsk Soat
- ½ tsk Salt
- 2 tsk kanill, malaður
- 3 bollar Hafrar, fljóteldaðir; óeldað
- ½ bolli pekanhnetur; hakkað

LEIÐBEININGAR:

a) Stytting rjóma; Bætið sykri smám saman út í, þeytið þar til létt og ljóst. Bætið eggjum við, einu í einu, þeytið vel eftir hverja viðbót.

b) Bætið sítrónuþykkni út í, þeytið vel.

c) Blandið saman hveiti, gosi, salti og kanil; bætið við rjómablönduna, þeytið vel. Hrærið höfrum og pekanhnetum saman við.

d) Mótaðu deigið í 2 langar rúllur, 2 tommur í þvermál; pakkið hverri inn í vaxpappír og kælið í 2 til 3 klukkustundir eða þar til þær eru stífar.

e) Takið upp rúllur og skerið í ¼" sneiðar; setjið 2 til 3 tommur á milli á létt smurðar kökur. Bakið við 350 gráður í 10 til 12 mínútur.

NIÐURSTAÐA

Við vonum að þú hafir notið þess að kanna margar leiðir til að nota haframjöl í matargerð með okkur. Frá morgunmat til kvöldverðar, sætu til bragðmiklar, höfum við útvegað þér 100 ljúffengar og næringarríkar uppskriftir til að prófa.

Haframjöl er ekki bara bragðgott heldur einnig fullt af næringarefnum, sem gerir það að frábæru viðbót við hvaða máltíð sem er. Við hvetjum þig til að gera tilraunir með mismunandi bragðsamsetningar og tækni til að gera þessar uppskriftir að þínum eigin.

Takk fyrir að vera með okkur í þessari ferð. Við vonum að MORGUNMATUR HAFRAR SKÁLIN UPPSKRIFTABÓK hafi veitt þér innblástur til að verða skapandi í eldhúsinu og bæta meira heilkorni við mataræðið. Njóttu!

Milton Keynes UK
Ingram Content Group UK Ltd.
UKHW021958261124
3129UKWH00009B/596

9 781836 879855